VERSES KINDLER PUBLICATION

"કર્મા"

-જે છે તારા 'કર'માં

લેખક:

કુંજલ કેતન પટેલ
'કાયા'

Verses Kindler Publication.

VERSES KINDLER PUBLICATION

Verses Kindler Publication.

Website: www.verseskindlerpublication.com

____

"કર્મા" -જે છે તારા 'કર'માં

By: Mrs. Kunjal Ketan Patel 'Kaya'

ISBN: 978-93-5605-515-5

FICTION STORIES 1st Edition

Price: 250 INR

DISCLAIMER

This book is written by Kunjal Ketan Patel 'Kaya'.

The published work is the original contents of the author and has done her best to edit and make it plagiarism free.

The characters may be fictitious or based on real events but they are not meant to hurt anyone's feeling nor portray anything against any caste or system.

In case of any plagiarized write-up the author is solely responsible for it. The publisher would not be responsible for it.

કુંજલ કેતન પટેલ 'કાયા'
- એમ.એ બી.એડ
- એન્જલીક ચેનલ
- ટેરોટ કાર્ડ રીડર
- સ્વીચવર્ડ કન્સલ્ટન્ટ
- રેકી ગ્રાન્ડ માસ્ટર & રેકી હીલર
- કાઉન્સેલર
- એનએલપી લાઈફ કોચ

Kunjal Ketan Patel 'Kaya'
- M.A B.Ed
- Angelic Channel
- Tarot Card Reader
- Switchword Consultant
- Reiki Grand Master & Reiki Healer
- Counsellor
- NLP Life Coach

અનુક્રમણિકા

નિવેદન

વ્હાલા વાચકો,

કાળ માનવીના સ્થૂળ દેહને પોતાનું ભક્ષ્ય બનાવી દે છે પરંતુ માનવીના પ્રતિભાશાળી મનની અક્ષરબદ્ધ નીપજનો નાશ કરવા કાળ પણ અસમર્થ છે, જેના ઉત્તમ દ્રષ્ટાંતો છે આપણા 'વેદો', 'ઉપનિષદો', 'પુરાણો'....

એક કવિ, એક લેખક કે એક સાહિત્યકારની સૃષ્ટિ અક્ષર છે અને એથી જ સ્રષ્ટા કવિ, લેખક કે સાહિત્યકાર પણ અમર છે.

વિસ્મરણશીલ જનતા રાજા મહારાજાઓને પણ વિસરી જાય છે પરંતુ આ કવિ, લેખક કે સાહિત્યકાર સહેલાઈથી સ્મૃતિશેષ થતો નથી.

આજે આ પુસ્તક દ્વારા મને પણ એક લેખિકા બનવાનું સદભાગ્ય પ્રાપ્ત થયું છે. આ માટે નિમિત્ત બનનાર દરેકનો હું હૃદયપૂર્વક આભાર માનું છું.

હું આ જન્મ માટે ઈશ્વરની, તો આ જીવન માટે મારા માતા-પિતાની આભારી છું. મને આદર્શ જીવન આપવા માટે, મારામાં સુસંસ્કારોનું સિંચન કરવા માટે, મને શિક્ષિકા બનાવવા માટે, હરપળ મારી છત બની રહેવા માટે હું સદા એમની ઋણી છું.

દરેક મુશ્કેલ સમયે મારી આગળ આવીને ઉભી રહી જતી, મારો આધારસ્તંભ, જરૂર પડ્યે ક્યારેય 'મા', તો ક્યારેક ગુરુ બની જતી, મારા માટે બધું જ વેઠી લેવા તૈયાર રહેતી, ક્યારેક મારી શિક્ષક તો ક્યારેક મારી વિધાર્થીની બની જતી, મારી પસંદ-નાપસંદને સારી રીતે જાણતી, મારા હસતા મોં પાછળની તકલીફને પારખતી, દુઃખ સમયે મને મારા સુખ ગણાવતી, હું જ્યારે ખુદને ભૂલી જાઉં ત્યારે મને મારી ક્ષમતાઓ ગણી બતાવતી, ક્યારેક મારી હિંમત તો ક્યારેક મારું સ્મિત બની જતી, ક્યારેક મારો ATM કાર્ડ તો ક્યારેક મારી બેન્ક બની જતી, મારામાં મારાથી વધુ વિશ્વાસ બતાવતી, જે અમારા બાળકો માટે 'માસી' થઈને પણ ખરેખર "માં જૈસી" બની જતી, કદાચ "મા"થી પણ વધારે "મૈયા" બની જતી એવી મારી Diની હું સદા ઋણી છું.

નાનો હોવા છતાં જે હંમેશા મને નાની બહેનની જેમ સાચવતો, મારી તકલીફોમાં બધાથી વધારે જે પીડા અનુભવતો, જે મારા સુખમાં પોતાનું સુખ અને મારી ખુશીમાં પોતાની ખુશી શોધી લેતો, અમારા બાળકોના "મામા" થઈને જે ખરેખર એક નહીં પણ બે 'મા'–'મા' 'મા' બની જતો -એવા મારા લાડકા ભાઈની પણ હું સદા ઋણી છું.

જેણે જીવનમાં પ્રેમનાં રંગ પૂર્યા અને એ પ્રેમસંબંધને નામ અને માન બંને આપ્યા, જેણે મારા જીવનને નવા ધ્યેયો અને અધ્યાયો આપ્યા, જે હરપળ, હરક્ષણ આજે પણ મારો પ્રેમ, મારી હિંમત અને

મારો શ્વાસ બની મારી સાથે અડીખમ ઉભા છે, એવા મારા Janiya -મારા જીવનસાથીની હું સદા ઋણી છું.

મારા જીવનમાં જીવન બનીને આવનારા, મને દુનિયાનું સૌથી મોટું "મા" હોવાનું સુખ આપનારા, દુઃખના સાગરમાં મારા માટે 'Life Boat' બની જનારા, મારા હૃદયને ધબકતું રાખનારા અમારા બંને બાળકોની પણ હું સદા ઋણી છું.

અમારા જીવનના સૌથી કપરા સમયમાં મારો અને મારા પોતાનાઓનો આધાર બનીને અમને સાચવી લેનારા નામી અનામી દરેકે દરેક વ્યક્તિની હું સદા ઋણી છું. મારી Diના આખે આખા Friend Circle નો સવિશેષ ઉલ્લેખ કરું છું, એમની હું સવિશેષ ઋણી છું.

આ સર્વ જેમની હું ઋણી છું, એ સર્વને હાથ જોડી શીશ નમાવું છું અને સાચા હૃદયથી એમનો આભાર માનું છું.

અને સૌથી વિશેષ મારા જીવનમાં આવનારી તકલીફો માટે નિમિત્ત બનનારા દરેકે દરેક વ્યક્તિની હું અંતઃકરણથી આભારી છું, કારણ કે ખરા અર્થમાં મારા આ પુસ્તક માટેની પ્રેરણા બનવાનું શ્રેય ઘણાખરા અંશે એમના ફાળે જાય છે.

જેમની હું ઋણી છું, આભારી છું એવા આપ સર્વનું ઋણ ફેડવાનો અવસર મને ક્યારેય ન મળે, એટલા સુખી, સમૃદ્ધ, સ્વસ્થ અને

ખુશહાલ જીવનની ઈશ્વરીય કૃપા આપ સર્વ ઉપર વરસતી રહે એજ પ્રભુને પ્રાર્થના.

"ૐ સર્વે ભવન્તુ સુખિનઃ ।
સર્વે સન્તુ નિરામયાઃ ।
સર્વે ભદ્રાણિ પશ્યન્તુ ।
મા કશ્ચિત્ દુઃખ ભાગ્ભવેત્ ॥
ૐ શાન્તિઃ શાન્તિઃ શાન્તિઃ॥"

અર્થાત્

"સૌ સુખી થાઓ, સૌ રોગ મુક્ત રહો, સૌ મંગલમય ઘટનાઓના સાક્ષી બનો અને કોઈને પણ દુઃખના ભાગીદાર ન બનવું પડે."

–એજ પ્રાર્થના થકી ન વર્ણવી શકાય એવી સંતોષની લાગણી સાથે આ પુસ્તક હવે આપના કર કમળમાં મૂકું છું.

લખાણમાં કાળજી રાખી હોવા છતાં જો કોઈ દોષ રહી ગયો હોય, તો એ ક્ષમ્ય ગણશોજી.

કર્મયોગી,
કુંજલ કેતન પટેલ 'કાયા'

પૂર્વ ભૂમિકા

વ્હાલા વાચકો, આપણા દરેકના જીવનમાં એક એવી વ્યક્તિ હોય છે, જે આપણને આખી દુનિયા કરતા નવ મહિના વધુ ઓળખે છે.

હા એ છે "મા".

જેની વાતો કરતા શબ્દો ખૂટે છે, જે મધથી પણ મીઠી છે, જે સ્વર્ગથીય મોટી અને મહાન છે.

આખી દુનિયા આપણી ભૂલોને પકડી આપણને ખોટા પાડવાની તક શોધતી હોય છે, જ્યારે આ આખી દુનિયામાં માત્ર "મા" જ છે, જે આપણી ભૂલોને પણ ભૂલી જાય છે, છોડી દે છે અને માત્ર સારુંને જ યાદ રાખે છે.

પણ મિત્રો, આ દુનિયામાં એક એવી પણ "મા" છે, જે ભૂલોને કદી ભૂલતી નથી અને કોઈને કદી છોડતી નથી.

હા એ "મા" એટલે "કર્મા".

એટલે જ તો કહેવાય છે કે,

"Mouth can lie,
Eyes cannot.
People will forget,
'Karma' will not."

અર્થાત્

"મોં જૂઠું બોલી શકે છે,
આંખો નહિ.
લોકો ભૂલી જશે,
પણ 'કર્મા' નહિ."

મિત્રો, આજના આ પરિવેશમાં -આ યુગમાં તમે મોટેભાગે એવા ઘણા લોકોને કંઇક ખોટું કર્યા પછી કહેતા સાંભળ્યા હશે કે, 'કરવું પડ્યું કારણ કે બીજો કોઇ રસ્તો જ ન હતો', કે પછી 'ભૂલમાં થઇ ગયું'. અને એમાંય ભૂલમાં થઇ ગયું એ વાતને બહુ જ ઓછા લોકો સ્વીકારે છે. કદાચ એટલા ઓછા કે આ સંખ્યાને આંગળીના વેઢે ગણી શકાય અને આ 'કરવું પડ્યું' કે 'ભૂલમાં થઇ ગયું' –એમાંથી આ દુનિયાની ભાગ્યે જ કોઇ વ્યક્તિ બચી શકી હોય, આપણે પોતે પણ...!

But Karma Says,
"Cheating is a choice,
Not a mistake.
And
Loyalty is a responsibility,
Not a choice.

અર્થાત્

"છેતરપિંડી એ પસંદગી છે,
ભૂલ નથી.
ઈમાનદારી એ જવાબદારી છે,
પસંદગી નથી."

અને એમેય મિત્રો,
"જીંદગી માણસને
Chance આપે છે,
માણસને Choice
નથી આપતી."

-અને આ Chance જ, આ તક જ આપણા કર્મોને નિર્ધારિત કરે છે. જેમ આપણે 'વલસાડ હરિદ્વાર એક્ષપ્રેસ' લેશું કે 'વલસાડ રામેશ્વરમ એક્ષપ્રેસ' લેશું -એ આપણા ગંતવ્ય સ્થાનને નિર્ધારિત કરશે, એજ રીતે આપણે કેવી તકોને ઝડપી લઈએ, અને કેવી તકોને જતી કરીએ -એ દ્વારા આપણા કર્મો નક્કી થાય છે. અને આ કર્મો દ્વારા આપણા જીવનની ગતિ અને ગંતવ્યો નિશ્ચિત થાય છે.

"मृत्यु के समय तुम्हारी कोई नहीं सुनेगा,
कर्म की गति ही तय करेगी,
कि
तुम्हें किस ओर घसीटा जाएगा।"

-આ વાક્ય "कर्म"ની ગતિને સમજવા માટે પૂરતું છે.

એટલે જ કહેવાય છે કે,
"Karma doesn't spare anyone."

અર્થાત્

"કર્મ કોઈને છોડતું નથી."

"When a bird is alive...
It eats ants.
When a bird had died..
Ants eat it.
Circumstances can change at any time on behalf of Karma.
You may be powerful today but 'Karma' is more powerful than
you."

અર્થાત્

"જ્યારે પક્ષી જીવીત હોય છે,
ત્યારે એ કીડીઓને ખાય છે.
જ્યારે એજ પક્ષી મૃત્યુ પામે છે,
ત્યારે કીડીઓ એને ખાય છે.
તમારા કર્મોને આધારે પરિસ્થિતિ ગમે ત્યારે બદલાઈ શકે
છે.
આજે કદાચ તમે શક્તિશાળી છો, પણ 'કર્મા' તમારા કરતાં
વધુ શક્તિશાળી છે."

-એટલા શક્તિશાળી કે દેહ રહે કે ના રહે પણ આ કર્મની ગતિ, એનું ચક્ર અવિરત ફરતું જ રહે છે, જ્યાં સુધી મોક્ષની પ્રાપ્તિ ન થાય.

આથી જ તો કહેવાય છે કે,
"ટૂંકું લખવા માટે લાંબુ
વિચારવું પડે છે,
બે અક્ષરનાં 'મોક્ષ' માટે
આખું જીવન જીવવું પડે છે."

મિત્રો, સ્વર્ગ – નર્ક -આ બધું પરિકલ્પનાઓ છે. જેનું કોઈ પ્રમાણ નથી. પરંતુ એટલું તો ચોક્કસપણે નક્કી છે કે જે જીવને મોક્ષની પ્રાપ્તિ થઈ જાય છે એ ફરી પરબ્રહ્મમાં જ વિલીન થઈ જાય છે, એક થઈ જાય છે.

એટલે જ કહેવાય છે કે,

"ज़िंदगी का आखरी ठिकाना
ईश्वर का घर है,
कुछ अच्छा कर ले मुसाफिर
किसी के घर खाली हाथ नहीं जाते है ...।"

હા મિત્રો, ખાલી હાથે તો આપણે સગાં સ્નેહીઓને ત્યાં પણ નથી જતા, તો પછી ઈશ્વરને ઘેર કેવી રીતે જશું...?

માટે જ મિત્રો,

"दिल साफ रखो
हिसाब कमाई का नहीं
'कर्मो' का होगा।"

પ્રસ્તાવના

વ્હાલા વાચકો, ઈશ્વરે દરેક મનુષ્યને એક જ માટીમાંથી બનાવ્યાં છે, છતાં દરેકે દરેક એકબીજાથી જુદાં છે. રૂપ રંગ જ નહીં, બુદ્ધિ, શક્તિ, ગુણ-અવગુણ, ગમા-અણગમા -આવી તો કેટકેટલીય બાબતો છે, જે વ્યક્તિ-વ્યક્તિએ બદલાય છે.

એક લેખક તરીકે વાચકોની પસંદને ધ્યાનમાં રાખવું એ મારી પ્રથમ ફરજ બને છે. માટે મેં દરેક વર્ગને ધ્યાનમાં રાખવાના મારા બનતા પ્રયત્નો કર્યા છે. દરેકની પસંદગી ભિન્ન-ભિન્ન હોય છે, કોઈને પુરાણોની કથા, તો કોઈને સામાન્ય જનની વાતો, કોઈને વાર્તા, તો કોઈને ગીત, કોઈને કવિતા, તો કોઈને કથન, કોઈને સુવિચારો, તો કોઈને શાયરીઓ ગમતી હોય છે. –અને આમાંથી જે ભાષા આપણને ગમતી હોય, એ ભાષા દ્વારા રજૂ કરવામાં આવેલી વાત આપણને સરળતાથી સમજાય છે.

આ પુસ્તક દ્વારા આ બધી જ રીતે કર્મના અતિ ગૂઢ અને અત્યંત સરળ વિષયને સમજાવવાના મેં મારા પૂરતા પ્રયત્નો કર્યા છે. આ પ્રયત્નો દ્વારા જો કોઈ એક વ્યક્તિ પણ કર્મ પ્રત્યે જાગૃત થશે, સભાન થશે તો મારા આ પ્રયત્નો અને મારું જીવન બંને સફળ. બાકી તો સમજ - સમજનો ફેર છે.

પણ મિત્રો,
"સમયે સમજ આવે
તો સારું,
બાકી છેલ્લે તો સમય
સમજાવે જ છે..."

એટલે જ કહું છું કે, "સમય સમજાવે એ પહેલાં જ સમજી જવું,
એજ શાણપણ છે અને એમાં જ હિત પણ છે."

કોઈને સમજ આપવું થોડેઘણે અંશે અઘરું છે, પણ એક સારી
પ્રેરણા આપીને એનું માર્ગદર્શન તો કરી જ શકાય. કોઈને સાચો
અને સારો માર્ગ તો ચીંધી જ શકાય. એમેય કોઈને માર્ગ
બતાવનારો ક્યારેય ભૂલો નથી પડતો. એટલે જ તો ભગવાન
શ્રીકૃષ્ણાએ પણ કહ્યું છે કે,
"જીવનમાં જો ક્યારેક તક મળે તો,
કોઈના 'સારથી' બનજો,
'સ્વાર્થી' નહીં..."

અને એથી જ તો કહેવાયું છે કે,
"કોઈનું સારું ન કરી શકો તો કંઈ નહીં,
પણ કોઈનું ખરાબ તો નહીં જ કરતા...
કારણ કે,
'કર્મ'ની અદાલતમાં
વકીલ પણ કામ નથી આવતા...."

આ કડવું સત્ય જાણતો હોવા છતાં બીજાને માટે જજ બનીને ફરતો મનુષ્ય પોતાના માટે સીધો વકીલ જ બની જાય છે. ટૂંકમાં આ મનુષ્ય મન મરજીનો માલિક છે અને પોતાના ફાયદા પ્રમાણે જ કર્મ પણ કરે છે. જોકે, મનુષ્ય કર્મ કરવામાં મનમાની કરી શકે છે, પણ કર્મનું ફળ ભોગવામાં નહીં અને કેટલાક અપવાદોને બાદ કરતા મનુષ્ય નામનું પ્રાણી છે જ જરા એવું કે એ કર્મ કરવામાં સાચે જ મનમાની કરે છે.

કારણ...???

કારણ કે, આ મનુષ્ય એ સત્ય જ ભૂલી ગયો છે કે,
"આ ધરતી ઉપર એ
'પ્રવાસી' છે,
'નિવાસી' નહીં.
'મહેમાન' છે,
'માલિક' નહીં."

આ મૃત્યુલોકનો એને જાણે 'ગ્રીન કાર્ડ' મળી ગયો હોય, એમ મનુષ્ય મારું – મારું કરતો ફરે છે. જ્યારે કે, અહીં એનું કશું છે જ નહીં. ન સંપત્તિ, ન સત્તા, ન સંબંધ, ન દેહ, ન તો શ્વાસ.

"बदन है मिट्टी का,
सांसे सारी उधार है।
घमंड भी है तो किस बात का,
यहाँ हम सब किरायेदार है।"

શું મિત્રો આપણા ઘરે આપણે કોઈ ભાડૂઆતને ભાડુ વિના રહેવા દઈએ ખરા...!? નહિં ને. તો પછી આપણે પણ ભાડુ તો ભરવું પડશે ને...! -સત્કર્મો તણું, સદગુણો તણું...

ચાલો તો ભાડુ ભરવાની શરૂઆત કરીએ. સત્કર્મો અને સદગુણોની શરૂઆત પોતાનાથી જ કરીએ...

કારણ કે,
"જ્યાં સુધી...
પોતાની આંગળી કંકુ વાળી ના થાય,
ત્યાં સુધી...
સામેવાળાનાં કપાળે તિલક ક્યાંથી થાય?"

અને એમેય સત્કર્મી અને સદગુણી બનતા પહેલાં માણસ બનીએ તોય ઘણું છે.

કારણ કે,

"इंसानियत ही पहला धर्म है
इंसान का,
फिर पन्ना खुलता है
गीता, कुरान और बाइबल का..."

માટે જ મારા મતે તો સત્કર્મ તરફનું પહેલું પગલું એટલે "માણસાઈ".

લે વળી! હવે પ્રશ્ન થશે કે, આ કર્મને સમજતાં સમજતાં માણસાઈને સમજવાનું?

ના મિત્રો. કર્મની જેમ જ આ માણસાઈની પણ પોતપોતાની દૃષ્ટીએ જુદી જુદી વ્યાખ્યા થાય છે.

પણ ટૂંકમાં કહીએ તો,
માણસાઈ એટલે...
"કોઈ જીવને ભલે
ચણ ન નાખો,
પણ કોઈના જીવનમાં
અડચણ ના નાખો."

કારણ કે,
Karma Says,
"You get what you give."

અર્થાત

કર્મ કહે છે,
"તમે જે આપો છો, એજ મેળવો છો."

હવે ચણ કે અડચણ? -એ આપણે નક્કી કરવાનું છે. બાકી બધું તો આપણા કર્મો જ નક્કી કરશે અને કર્મોને અનુરૂપ આપણને ફળ પણ ચોકકસ પ્રાપ્ત થશે જ. હવે એ કર્મો પ્રમાણે આપણને

ક્રૂરતાનું વ્યાજ ભરવું પડશે કે દયાની લોન મળશે -એ તો આપણાં કર્મો જાણે અને કુદરત જાણે...!

કારણ કે,

"कुदरत के पास बहुत सारी स्कीम है,
बाढ़, बारिश, भूकंप, तूफान, दुर्घटना, कोरोना...
पर मनुष्य
के पास सिर्फ एक ही स्कीम है,
'कर्म'।"

એટલે જ કહું છું મિત્રો કે,
'આપણા "કર"માં
જો કાંઈ હોય તો એ છે
માત્ર ને માત્ર
આપણા "કર્મો".'

કર્મ

"કર્મ" એટલે શું?

મિત્રો, તદ્દન સરળ ભાષામાં કર્મ એટલે કાર્ય કે કામ. પરંતુ કોઈ પણ કામ એ માત્ર કરવામાં આવતું કાર્ય છે. જ્યારે 'કર્મ' એ એવું કાર્ય છે, જે કોઈ ઉદ્દેશ્યથી કરવામાં આવે છે અને આ ઉદ્દેશ્યથી કરવામાં આવતા કાર્ય દ્વારા જે વહેલી મોડી અસરો ઉદ્દભવે છે, એ પણ આ કર્મને જ આધીન છે.

"કર્મ"ની વાત આવે એટલે "ગીતા"નું નામ અચૂક આવે,

હા "ગીતા" -આપણા સૌની "શ્રીમદ્ ભગવદ્ ગીતા".

આપણા સનાતન ધર્મમાં "ગીતા"નું સ્થાન અદ્વિતિય છે. 'પુરાણો', 'ઉપનિષદો'... -આ બધાને નીચોવીને જે અમૃત નીકળે તે "ગીતા" છે અને આ અમૃતમયી "ભગવદ્ ગીતા"નો સાર એટલે જ "કર્મ".

"ગીતા"માં સ્વયં ભગવાન શ્રીકૃષ્ણએ કહ્યું છે કે,
"કર્મણ્યેવાધિકારસ્તે મા ફલેષુ કદાચન।
મા કર્મફલહેતુર્ભૂર્મા તે સઙ્ગોઽસ્ત્વકર્મણિ॥"

("શ્રીમદ્ ભગવદ્ ગીતા" અધ્યાય ૨ સાંખ્ય યોગ શ્લોક ૪૭)

અર્થાત્

"તારો કર્મમાં જ અધિકાર છે, ફળમાં કદી નહીં. તું કર્મના ફળની ઇચ્છાવાળો ન થા. તેમજ તારી કર્મ ન કરવામાં આસક્તિ ન થાઓ."

કુરુક્ષેત્રના મેદાનમાં કૌરવો અને પાંડવો વચ્ચે મહાભારતનું યુદ્ધ શરૂ થાય એ પહેલાં જ અર્જુનના મનમાં દ્વિધા અને વિષાદ ઉભો થાય છે. બહારનું યુદ્ધ બાજુએ રહી જાય છે અને એની અંદર યુદ્ધ શરૂ થઈ જાય છે કે "આ કેવી પરિસ્થિતિ આવી પડી છે, મારેજ મારાને મારવાના...!" પણ જેના સારથી સ્વયં ઈશ્વર હોય એ માર્ગથી ભટકી શકે ખરો! અર્જુનની વ્યથાનો તાગ પામી ચૂકેલા શ્રીકૃષ્ણ સારથી હોવાની પોતાની ફરજ પૂરી નિષ્ઠાથી નિભાવતા અર્જુનને પૂછે છે કે, "હે પાર્થ! હવે વિષાદ શાનો?" અર્જુન ઉત્તર આપતાં જણાવે છે કે, "હે માધવ! આ સામાપક્ષે તો બધા મારા જ છે. હું એમને કેવી રીતે મારી શકું?" અર્જુનની આ સ્થિતિ જોઈ શ્રીકૃષ્ણ કહે છે કે, "હે પાર્થ! કોઈને મૃત્યુ કે પછી જીવન આપી શકે એટલો સક્ષમ તું છે જ ક્યાં! તું માત્રને માત્ર તારું કર્મ કર, એ પણ ફળની ઈચ્છ રાખ્યા વિના."

આમ કુરુક્ષેત્રના મેદાનમાં શ્રીકૃષ્ણ દ્વારા અર્જુનને અપાયેલો

ઉપદેશ "ગીતાજ્ઞાન" તરીકે - "શ્રીમદ્ ભગવદ્ ગીતા" તરીકે આજે વિશ્વમાં પ્રસિદ્ધ છે. એમાં શ્રીકૃષ્ણએ જે કર્મ કેરી કેડી કંડારી છે, એજ મનુષ્ય જીવનનો આધાર છે.

"કર્મ" -આ નાનકડા શબ્દ પર તો આપણું આખે આખું જીવન ઉભું છે. અરે એક જીવન તો શું, મોક્ષ મળે ત્યાં સુધી લેવા પડતા બધાં જ જન્મો આ કર્મ પર જ ટકેલા છે. પ્રત્યેક જન્મમાં જીવનની એકેય ક્ષણ એવી નથી હોતી કે આપણે કર્મ કર્યા વિના રહી શકીએ કારણ કે આ જીવન કર્મને જ આધીન છે અને એટલે જ તો જીવમાત્ર જાણતા અજાણતા સતત કર્મ કરતો જ રહે છે.

આથી જ તો કહેવાય છે કે,

> "ભાગ્યની લાઇટ
> ચાલુ હોય કે બંધ,
> પણ કર્મના દીવાને
> ક્યારેય ફૂંક ના મરાય."

અરે સ્વયં ભગવાને પણ કહ્યું છે કે, "જ્યારે હું યુગે યુગે અવતાર ધારણ કરું છું, ત્યારે મારે પણ કર્મને જ આધીન થવું પડે છે."

એટલે જ તો કહેવાય છે મિત્રો કે,
"આપણે જે આનંદ કરીએ છીએ,
એ અગાઉ કરેલા સારા કર્મોનું જ પરિણામ છે.
બાકી તકલીફ તો...
મનુષ્ય અવતારમાં ભગવાનને પણ પડી હતી..."

આથી જ તો એવું મનાય છે કે, "કર્મનો નિયમ કોઈ પણ દેવી - દેવતાના ચુકાદા વિના પોતાની મેળે સ્વતંત્ર રીતે ચાલે છે."

અને એટલે જ કહેવાય પણ છે કે,
"ભગવાન ક્યારેય ભાગ્ય નથી લખતા,
જીવનમાં ડગલે ને પગલે;
આપણા વિચાર, આપણો વ્યવહાર
અને આપણા કર્મ જ
આપણું ભાગ્ય લખે છે."

હવે અહીં પ્રશ્ન થશે કે, "આપણે શા માટે પોતાનું ભાગ્ય ખરાબ લખશું?" કે પછી, "પોતાના ભાગ્યમાં ખરાબ કર્મ લખશું?"

ઉત્તર સરળ છે મિત્રો. કારણ એટલું જ છે કે, આપણે ભગવાન શ્રીકૃષ્ણએ આપેલા "ગીતાજ્ઞાન"ને જ ભૂલી જઈએ છીએ.

આથી જ તો કહેવાય છે કે,

"શનિ નડે છે એટલે
બધાને 'હનુમાન ચાલીસા' મોઢે છે...
પણ અફસોસ
કૃષ્ણ કોઈને નડતો નથી,
બાકી આખી 'ગીતા' મોઢે હોત..."

પણ હું તો કહું છું કે, આખેઆખી 'ગીતા' યાદ હોય કે ના હોય પણ એના સાર એવા આ "કર્મ"ને યાદ રાખવું ખૂબ જરૂરી છે કારણ કે ઈશ્વરે રચેલા આ જગતને જાણવા માટે સૌથી વિશેષ જો કાંઈ જાણવું જરૂરી હોય તો એ આ "કર્મ" જ છે અને આ કર્મ થકી જ જગતમાં સુખ-દુઃખ, હર્ષ-શોક, આધિ-વ્યાધિ, શાંતિ-અશાંતિ, સંતોષ-અસંતોષ -આ સર્વ વિસ્તરી રહ્યા છે.

હવે પ્રશ્ન એ થશે કે, મનુષ્યજીવન જો આધિ, વ્યાધિ કે ઉપાધિથી ભરેલું હોય તો એ શું કામનું? આ મનુષ્ય જીવનનો ધ્યેય શું છે? કેમ મળ્યો છે આપણને આ મનુષ્ય અવતાર? ખાય પીને મોજ કરવા માટે...! ના મિત્રો.

મનુષ્ય જીવનનો ધ્યેય જન્મ જન્માંતરના બંધનો તોડી, કર્મોના બંધનોમાંથી છૂટી મોક્ષ પ્રાપ્ત કરવાનો છે. નિસ્વાર્થ ભાવે મન, કાયા અને વચન પારકાના હિત માટે વાપરવા એજ

મનુષ્યજીવનનો મુખ્ય ધ્યેય છે. કારણ કે જ્યારે કર્મમાં નિઃસ્વાર્થતા આવે છે ત્યારે જ મુક્તિનો માર્ગ મોકળો થાય છે.

એટલે જ તો કહેવાય છે કે,
"જે માણસ સારા કાર્ય કર્યા પછી
ફળની આશા નથી રાખતો,
તેને વળતર આપવાની જવાબદારી
ઉપરવાળાની રહે છે."

મિત્રો, "કર્મ કર્યા પહેલા આપણે સ્વતંત્ર હોઇએ છીએ, પરંતુ કર્મ કર્યા પછી એ કર્મ આપણો પીછો કરશે, પછી ભલે એ આપણે ઇચ્છીએ કે ના ઈચ્છીએ." -આ જ કર્મનો સિદ્ધાંત છે.

"કર્મ"ના આ સિદ્ધાંતના સંદર્ભમાં 'મજબૂર' ફિલ્મનું ગીત અહીં ટાંકવાનું મન થાય છે:

"आदमी जो कहता है, आदमी जो सुनता है
ज़िंदगी भर वो सदायें पीछा करती हैं
आदमी जो देता है, आदमी जो लेता है
ज़िन्दगी भर वो दुआएँ पीछा करती हैं..."

આપણે બધા જ એક સ્વતંત્ર જીવ છીએ, પણ જ્યારે આપણે કોઈ નિશ્ચિત કર્મ કરીએ છીએ, ત્યારે એ કર્મનું પરિણામ આપણે ભોગવવું જ પડે છે કારણ કે કોઈ પણ કર્મ ફળ આપ્યા વિના નાશ પામતું નથી.

જ્ઞાની પંડિત ભિખારીની જેમ ફરે છે અને બુદ્ધિ વગરના મહેલમાં રાજ કરે છે -એ આ કર્મની જ રમત છે.

માટે જ તો કહેવાય છેને મિત્રો કે,

"દુઆ કિસી કો દિલાતી હૈ

તખ્તો તાજ મગર,

કિસી કી આહ ભી હુકૂમત

છીન લેતી હૈ..."

એટલે તો કહેવાય છે કે,
"ના કોઈ બાદશાહ ચાલે છે,
ના કોઈ હુકમના એક્કા ચાલે છે...
આ તો કર્મના ખેલ છે મિત્રો,
અહીં તો કર્મના જ સિક્કા ચાલે છે...!"

માટે જ કહું છું મિત્રો કે, જો કર્મ બગાડશું, તો આખે આખો ભવ બગડશે અને આપણા આવા બગડેલા કર્મના સિક્કાથી તુલસીના પાંદડે તોલાઈ જનારાને કેવી રીતે પામશું...?

આથી જ તો કહું છું મિત્રો કે,

"તું ઈશ્વરને શોધે છે એ જ ભૂલ છે તારી,
બસ તું સત્કર્મો કરવામાં ખોવાઈ જા...
એણે ચીંધેલા માર્ગે પગલાં પાડી જા,
પછી જો,
ઈશ્વર સ્વયં તને શોધી લેશે...!!"

પરનિંદા

એક નગર ની વાત છે. નગરના રાજા પોતાના મહેલમાં બ્રહ્મભોજન રાખે છે. બ્રહ્મભોજન માટેની વ્યવસ્થા રાજમહેલના ખુલ્લા ચોગાનમાં કરવામાં આવે છે. તૈયારી પરિપૂર્ણ કરી સેવકો દ્વારા સમયસર બ્રહ્મભોજન શરુ કરી દેવામાં આવે છે, જેમાં રાજા પોતે બ્રાહ્મણોને માનપૂર્વક ભોજન પીરસે છે. આજ સમયે ત્યાં આકાશમાં એક બાજ ઉડીને જાય છે, જે એક સાપનો શિકાર કરીને લાવ્યું હોય છે. આ સાપ બાજના મુખમાંથી છૂટવાના પ્રયાસો કરી રહ્યો હોય છે અને આજ પ્રયાસોમાં એના મુખમાંથી વિષ નીકળી રહ્યું હોય છે, જે રાજાના મહેલ પરથી પસાર થતી વખતે બ્રાહ્મણો માટે બનાવવામાં આવેલા ભોજનના તપેલામાં પડે છે અને આ વાતથી અજાણ એવા રાજા દ્વારા આ ભોજન બ્રાહ્મણોને પીરસી દેવામાં આવે છે. આ વિષ ખૂબ જ ઝેરી હોવાથી ભોજન આરોગતાની થોડી જ ક્ષણોમાં એક પછી એક બ્રાહ્મણ મૃત્યુ પામે છે. આ સમગ્ર ઘટનાથી રાજા ખૂબ દુઃખી થઈ જાય છે.

આ સર્વમાં મુખ્ય પ્રશ્ન યમરાજ માટે ઊભો થાય છે કે, "આ બ્રહ્મહત્યા માટે કોને દોષી માનવું? પેલા બાજને! જે પોતાનું ભોજન લઈ જઈ રહ્યો હતો, કે પછી સાપને! જેના બચવાના પ્રયાસોમાં આ વિષ ભોજનમાં પડ્યું કે પછી રાજાને! કે જેમને આ વિષ વિશે જરાય જાણ નહતી, જેમના દ્વારા અજાણતામાં જ આવું ભોજન બ્રાહ્મણોને પીરસાયું, જેના પરિણામે બ્રાહ્મણોએ જીવ ગુમાવ્યો ."

યમરાજ માટે આ પ્રશ્ન ખૂબ જ મૂંઝવણ ભર્યો બની જાય છે અને એના ઉકેલની મથામણમાં દિવસો વીતતા જાય છે.

થોડા દિવસો બાદ આ નગરમાં એક બ્રાહ્મણ આવે છે, જે નગરની જ એક સ્ત્રીને રાજમહેલનો માર્ગ પૂછે છે, અને પોતાના આતિથ્યનો લ્હાવો તેઓ રાજાને આપવા માંગે છે, -એવી પોતાની ઇચ્છા આ સ્ત્રીને જણાવે છે. સ્ત્રી બ્રાહ્મણને રાજમહેલનો માર્ગ બતાવે છે અને હાસ્ય સાથે વણમાંગી સલાહ પણ આપે છે કે, "હે બ્રાહ્મણ દેવ! તમે રાજમહેલમાં ભલે જાઓ પણ ધ્યાન રાખજો, આ રાજા તમારા જેવા બ્રાહ્મણોને ભોજનમાં ઝેર આપી મારી નાખે છે હોં...!"

બસ, પછી શું...?

યમરાજ તરત જ બ્રહ્મ હત્યાની દોષી આ સ્ત્રીને માની લે છે અને આ માટે આ સ્ત્રીને દંડ દેવાની જોગવાઈ કરવાનો આદેશ પણ પોતાના અનુચરોને આપી દે છે.

યમરાજનો આવો આદેશ સાંભળી એમના અનુચરો એમને પ્રશ્ન કરે છે કે, "હે પ્રભુ! આ આખે આખી ઘટનાથી આ સ્ત્રીને તો કશું જ લેવા દેવા નથી, તો પછી એને દંડ કેમ?"

યમરાજ ઉત્તર આપતા જણાવે છે કે, "આ બ્રહ્મહત્યા દ્વારા ન તો બાજને, ન તો સાપને, કે ન તો રાજાને આનંદ થયો. એટલું જ નહીં પરંતુ આ બધા દ્વારા તો આ અપરાધ અજાણતામાં થયો

હતો. પણ આ ઘટનાનો ખરો આનંદ તો આ સ્ત્રીને થયો છે. આથી આ બ્રહ્મહત્યા માટે આ સ્ત્રી જ દોષી ગણાય...”

અંતે યમરાજની સમજ અને આદેશ પ્રમાણે આ "કર્મ"નું ફળ આ સ્ત્રીના ભાગ્યમાં જ લખાય છે.

એટલે જ તો કહેવાય છે કે,

"કર્મ હોય કાળા,
તો શું કરે માળા!
એ તો ભોગવવા
જ પડે વ્હાલાં...”

માટે જ મિત્રો, પરનિંદાનું પોટલું બાંધતા પહેલા ચેતવું સારું. કારણ કે, પારકું રૂપ, પારકા રૂપિયા અને પારકી પંચાત કોઈ દિવસ આપણા કામમાં નથી આવતા અને એ પણ જો કપટથી મેળવવાનો પ્રયત્ન કરવામાં આવે તોતો બિલકુલ જ નહીં.

આથી જ તો કહેવાયું છે કે,

"સરળ વ્યક્તિ સાથે કરવામાં આવેલું કપટ -આ કપટ કરનાર માટે બરબાદીના બધા જ દ્વાર ખોલી નાંખે છે, પછી ભલેને એ શતરંજનો ગમે એટલો મોટો ખેલાડી કેમ ના હોય...”

કારણ કે,

“જિસ તરહ ફલ બીજ સે
હમેશા બડ઼ા હોતા હૈ,
ઉસી તરહ પરિણામ ભી
કર્મોં સે બડ઼ા હોતા હૈ...।”

જેમ એક નાનકડું બીજ એક ઘટાદાર વૃક્ષ બની જાય છે, એવું જ આ કર્મનું પણ છે. કોઈની કરવામાં આવેલી એક નાનકડી નિંદાનું ફળ પણ ક્યારે, કેવું અને કેટલું મોટું મળશે -એ કહેવા કોણ સમર્થ છે...?

માટે જ મિત્રો,
“કર્મ એવા કરવા જોઈએ કે,
જ્યારે ફળ ભોગવવાનો વારો આવે
ત્યારે
‘તક’ મળે,
‘તકલીફ’ નહીં...!!”

પાછલો હિસાબ

વાત છે દ્વાપરયુગની. શ્રીકૃષ્ણ જ્યારે પોતાના જનેતા માતા દેવકી અને પિતા વસુદેવને કંસના બંધનમાંથી મુક્ત કરવા માટે મથુરા જાય છે, ત્યારે એમની ઉંમર માત્ર ચૌદ વર્ષની હોય છે. કંસનો વધ કર્યા પછી તેઓ પોતાના જનેતાને કારાવાસમાંથી મુક્ત કરે છે એ સમયે માતા દેવકી શ્રીકૃષ્ણને પ્રશ્ન કરે છે કે, "હે વાસુદેવ! હે વત્સ! તું તો સ્વયં નારાયણ છે, સ્વયં ઈશ્વર છે, જગતનો નાથ છે. કંસના બંધનમાંથી તું અમને ક્યારના મુક્ત કરી શક્યો હોત, આમ છતાં તું ચૌદ વર્ષ સુધી અમને છોડાવવા કેમ ના આવ્યો?"

ભગવાન શ્રીકૃષ્ણએ ઉત્તર આપતા કહ્યું કે, "માતા! હું ચૌદ વર્ષ પહેલા પણ આપને છોડાવવા માટે આવી શક્યો હોત, પણ આમ કરવાથી આપણો પાછલો હિસાબ બરાબર થઈ શક્યો ન હોત."

આ સાંભળી માતા દેવકી વિસ્મયમાં મૂકાયા ને બોલ્યા કે, "પુત્ર! તું કયા હિસાબની વાત કરે છે?"

ત્યારે ભગવાન શ્રીકૃષ્ણએ કહ્યું કે, "હે માતા! જ્યારે ત્રેતાયુગમાં હું રામ હતો, ત્યારે માતા કૈકેયીના રૂપમાં આપે મને ચૌદ વર્ષ માટે વનવાસ મોકલ્યો હતો. આ ચૌદ વર્ષનો હિસાબ આજે પૂરો થાય છે."

શ્રીકૃષ્ણની વાત સાંભળી માતા દેવકીએ પૂછ્યું કે, "હે વાસુદેવ! જો હું કૈકેયી હતી, તો પછી યશોદા કોણ હતી?"

એમના આ પ્રશ્નનો ઉત્તર આપતા શ્રીકૃષ્ણ બોલ્યા કે, "માતા યશોદા...? એ તો ત્રેતાયુગમાં જ્યારે હું રામ હતો, ત્યારે ચૌદ વર્ષ મારો વિયોગ સહન કરનારા, મારા વિરહમાં રુદન કરનારા, મારી યાદમાં આંસુ વહાવનારા, આકુળવ્યાકુળ થઈ મારી વાટ જોનારા માતા કૌશલ્યા હતા. એમણે ચૌદ વર્ષ મારા માટે પુત્ર વિયોગની વેદના વેઠવી પડી, આથી જ તો આ જન્મમાં માતા યશોદાના રૂપમાં એમના ખોળામાં ચૌદ વર્ષ રહી મેં એમને પુત્ર પ્રેમ દીધો."

મિત્રો, યુગ કોઈ પણ હોય પણ કર્મના ફળથી કોઈ એ યુગમાં પણ બચી શક્યું નહતું, ન તો આ યુગમાં બચી શકશે.

એટલે જ તો કહેવાય છે કે,

"एक जन्म में बुने गए कर्मो के जाल से मुक्त होने में कई जन्म लग जाते है।"

રામ અવતારમાં પ્રભુના માતા કૌશલ્યા અને પિતા દશરથે એમનો વિયોગ સહન કરવો પડ્યો તેમજ કૃષ્ણ અવતારમાં પ્રભુના માતા દેવકી અને પિતા વસુદેવે ન તો માત્ર એમનો વિયોગ સહન કરવો પડ્યો પણ સ્વયં જગતના પાલનહારના જન્મદાતા હોવા છતાં પણ એમણે ચૌદ વર્ષ કારાવાસમાં જ પોતાનું જીવન વ્યતીત કરવું પડ્યું.

આથી જ તો કહેવાય છેને કે,
“જીવન છે કર્મના લેખા જોખાનો ખેલ,
એમાં વિધાતા પણ ન કરી શકે ખલેલ.”

સ્વયં ઈશ્વર પણ કર્મફળથી બચી નથી શકતા, માટે જ સમજી વિચારીને કર્મ કરો. કારણ કે કોઈના વિરુદ્ધમાં જો તમે કંઈ ખોટું કરશો તો એની સાથે તમારી શત્રુતા તો માત્ર થોડા સમય માટેની કે પછી આ જન્મ પૂરતી જ છે, પણ એની સાથે કંઈ પણ ખોટું કરી તમે તમારા કેટલાય જન્મો બગાડી બેસશો. કારણ કે દરેકે દરેકને એના પોતાના કર્મોનું ફળ યોગ્ય સમય આવ્યે વગર માંગ્યે પ્રાપ્ત થઈ જ જતું હોય છે.

એટલે જ તો કહેવાય છે કે,
“સમય જ્યારે ન્યાય કરે છે,
ત્યારે સાક્ષીની જરૂર નથી પડતી.”

ટૂંકમાં, આપણું કોઈ કરી જાય કે પછી આપણે કોઈનું કરીએ, પછી એ સારું હોય કે ખરાબ…! -એ બધી આ કર્મની જ રમત છે.

આથી જ તો કહેવાય છે મિત્રો કે,

“कर्म बदलिए
किस्मत
वो खुद बदल देगा।”

I Will Be Back

એક શેઠ હતા. જેઓ અઢળક સંપત્તિના માલિક હતા. તેમની પોતાની એક મોટી કંપની હતી, જેમાં ઘણા કર્મચારીઓ કામ કરતા હતા.

એક દિવસ આ શેઠે પોતાના મેનેજરને નાની અમથી વાત પર જાણે કરોડોનું નુકશાન થઈ ગયું હોય એમ અત્યંત ગુસ્સામાં ખખડાવી નાંખ્યો, આવા અપમાનને કારણે મેનેજરને ખૂબ જ ગુસ્સો આવ્યો, પણ શેઠને એ વળતો જવાબ આપી ન શક્યો. હવે આ મેનેજર પોતાનો આ ગુસ્સો ક્યાં કાઢી શકે? એટલે એ તો સીધો પોતાની કંપનીના સ્ટાફ પાસે ગયો, અને જે પહેલા મળ્યો એ કર્મચારીને એણે પકડ્યો અને પોતાનો બધો જ ગુસ્સો એના ઉપર કાઢી નાંખ્યો.

મેનેજરના ગુસ્સાથી કર્મચારી ચિડાયો, પણ મેનેજરને કાંઈ બોલી શકે એવું એનું ગજું ક્યાં! હવે એ પોતાનો ગુસ્સો ક્યાં કાઢે? એટલે એણે ઘેર જતાં-જતાં કંપનીના ગેટ પર ફરજ બજાવતા વોચમેનને ધોઈ નાંખ્યો. વોચમેન પોતાનો ગુસ્સો કોઈ પર કાઢી શકે એવું એટલે કે એનાથી નીચેના પદ પર હોય એવું કોઈ એને આખી કંપનીમાં ન મળ્યું, જેથી ઘરે જતાની સાથે જ વગર વાંકે અને વગર વાતે એ પોતાની પત્નીને ખીજવા માંડ્યો અને પોતાનો બધો જ ગુસ્સો એણે પોતાની પત્ની પર કાઢી નાંખ્યો. પતિના આવા વર્તનથી ચીડાયેલી પત્ની ઊઠી અને એણે પણ વગર કારણે પોતાના બાળકને મેથીપાક આપી નાંખ્યો. આખા દિવસની ભૂલો ગણાવતી – ગણાવતી એ બાળકને ધબાધબ લેતી ગઈ. બાળક

પોતાનો ગુસ્સો પોતાના માતાપિતા ઉપર કાઢી શકે એમ ન હતો, આથી એ ગુસ્સામાં ઘરની બહાર જતો રહ્યો. ત્યાં એણે રસ્તા પર એક ફૂતરાને જોયો અને ક્ષણનો પણ વિચાર કર્યા વિના બાજુ પર પડેલો પથ્થર ઉપાડી ફૂતરાને મારી દીધો. પથ્થર વાગતાની સાથે જ ગભરાયેલો ફૂતરો ઉભી પૂંછડીએ ત્યાંથી ભાગ્યો અને વિચારવા માંડ્યો કે, "આનું તો મેં શું બગાડ્યું કે મને વગર વાંકે પથ્થર માર્યો, હવે મારેય વગર વાંકે કોઈને કરડવું તો જોઈએ જ." અને ગુસ્સામાં આ ફૂતરાએ સામેથી આવતા એક માણસને જોરદાર બચકું ભરી લીધું.

મિત્રો, શું તમે જાણો છો કે, ફૂતરો જે માણસને કરડે છે, એ માણસ કોણ હતો? આ માણસ પેલો શેઠ જ હતો, જેણે પોતાના મેનેજરને ખખડાવ્યો હતો.

એટલે જ તો કહેવાયું છે કે,

"જો બોએગા વહી પાએગા,
તેરા કિયા આગે આએગા,
સુખ દુઃખ હૈ ક્યા ફલ કર્મો કા,
જૈસી કરની વૈસી ભરની,
જૈસી કરની વૈસી ભરની...."

આ શેઠ જ્યાં સુધી જીવ્યા ત્યાં સુધી એજ વિચારતા રહ્યા કે, "આ ફૂતરાએ મને બચકું કેમ ભર્યું? જ્યારે કે એ તો દરરોજ મારી પાસે પૂંછડી હલાવતો હલાવતો દોડી આવતો હતો."

પણ મિત્રો, મુસીબતમાં ફસાતાની સાથે જ માણસને ગૃહ દોષ, વાસ્તુ દોષ, પિતૃ દોષ, શનિ દોષ, કાલસર્પ દોષ – બધું જ દેખાવા માંડે છે. માત્ર પોતાનો જ દોષ દેખાતો નથી.

આથી જ તો કહેવાય છે મિત્રો કે,
"આપણા કર્મોની ભૂલ
આપણને ક્યાં જડે છે,
અંતે જ્યોતિષને જઈને પૂછીએ છીએ
કે
અમને શું નડે છે...?"

પણ વિચારવા જેવી વાત તો એ છે કે, શેઠની આ સ્થિતિ માટેનું બીજ વાવ્યું કોણે હતું? હવે સમજાયું કે કર્મ ક્યારેય આપણો પીછો છોડતું નથી.

એટલે જ તો કર્મા કહે છે કે,

તમે ઈચ્છો કે ના ઈચ્છો,

તમને ગમે કે ના ગમે...

પણ

"I will be back."

માટે જ કહેવાય છે કે,

"કર્મથી ડરો,
ઈશ્વરથી નહીં...
ઈશ્વર માફ કરી દે છે,
કર્મ નહીં...
આ તો સનાતન સત્ય છે કે,
જેમ વાછરડું સો ગાયમાંથી પોતાની
'મા'ને શોધી લે છે,
એવી જ રીતે...
કર્મ પણ પોતાના કર્તાને શોધી જ લે છે...
આજે નહીં તો કાલે..."

રોજ - બરોજ જાણતા અજાણતામાં કેટલાય લોકો આપણા વ્યવહારથી હેરાન પરેશાન થતાં હોય છે, ત્રાસી જતાં હોય છે અને કેટલાકનું તો ઘણું નુકસાન પણ થઇ જાય છે. આમ છતાં આપણને એનો અંદાજો પણ નથી હોતો. કારણ કે આપણે તો આપણી મસ્તીમાં જ મસ્ત અને આપણી જવાબદારીઓમાં જ વ્યસ્ત.

પણ ઉપરવાળો બધું જ જુએ છે અને આપણે કરેલા કર્મોનું ફળ એ કોઈના પણ માધ્યમથી આપણને ચોક્કસ પહોંચાડે છે, પછી સમય, સંજોગ અને નિમિત્ત કોઈ પણ હોય અને આપણને લાગે છે કે, લોકો આપણને વગર કારણે જ હેરાન કરે છે.

પણ મિત્રો,

"નિમિત્ત કોણ છે?
-એનાથી કોઈ ફરક નથી પડતો,
નિર્ણય હંમેશા કુદરતનો જ હોય છે..."
-જે આ વાત સ્વીકારી શકે એને દુનિયાની કોઈ તાકાત દુ:ખી નહીં કરી શકે...!

માટે જ મિત્રો,

"कर्म तादृशं कुर्यात येन भविष्ये नानुशोकः स्यात्।"

અર્થાત્

"કર્મ એવા કરો કે જેથી પાછળથી પસ્તાવું ન પડે."

કારણ કે,

"Karma has no menu.
You get what you deserve."

અર્થાત્

"કર્મ પાસે કોઈ મેનુ નથી,
તમે જેને લાયક છો એ જ મેળવશો."

મત્સ્યવેધ

વાત છે દ્વાપરયુગની. મહાભારતના એક પ્રસંગ મત્સ્યવેધની.

મત્સ્યવેધની આગલી રાતે શ્રીકૃષ્ણ અર્જુનને સમજાવે છે:

શ્રીકૃષ્ણ કહે છે કે, "હે પાર્થ! ત્રાજવા પર સંભાળીને ચઢજે, પગ બરાબર સંતુલિત રાખજે, ધ્યાન માછલીની આંખ પર જ કેન્દ્રિત રાખજે..."

અર્જુન એમને અટકાવીને અધીરાઈથી પૂછે છે કે, "બધું મારે જ કરવાનું છે માધવ, તો આપ શું કરશો?"

શ્રીકૃષ્ણ સુંદર ઉત્તર આપતા કહે છે કે, "જે તારાથી ન થાય, એ હું કરીશ પાર્થ."

અર્જુન એમને પૂછે છે કે, "એવું શું છે માધવ, જે મારાથી નહીં થાય?"

શ્રીકૃષ્ણ કહે છે કે, "હું પાણીને સ્થિર રાખીશ."

મિત્રો, મહાભારતની આ નાનકડી ઘટનાનો સાર માત્ર એટલો જ છે કે, "આપણે આપણું કર્મ કરવાનું છે, ભગવાન શું કરશે -એ સમજવું આપણા ગજા બહારની વાત છે."

એટલે જ તો કહેવાય છે મિત્રો કે,

"જો ક્યારેક ઈશ્વર તમને મુશ્કેલીની ટોચ પરથી ધક્કો મારે,
તો એના પર એટલો વિશ્વાસ રાખજો કે...
ક્યાં તો એ તમને પડતા ઝીલી લેશે...
ક્યાં તો તમને ઉડતા શીખવી દેશે..."

-પણ માત્રને માત્ર ત્યારે જ જ્યારે તમારી પાસે પણ અર્જુનની જેમ સત્કર્મોનું ભાથું ભર્યું પડ્યું હોય.

મિત્રો, ભગવાન શ્રીકૃષ્ણએ તો મહાભારત યુદ્ધના સમયે આખે આખી નારાયણી સેના જ દુર્યોધનને આપી દીધી હતી અને પોતે શસ્ત્રોનો ત્યાગ કર્યો હોવા છતાં નિશસ્ત્ર રહીને પણ અર્જુનની સાથે ઉભા હતા.

કારણ...?

કારણ કે, દુર્યોધન હંમેશા મામા શકુનિની સાથે હતા, અધર્મના પથ પર ચાલતા હતા.

જ્યારે અર્જુન હંમેશા શ્રીકૃષ્ણની સાથે હતા, ધર્મ માટે અડીખમ ઉભા હતા.

આથી જ તો કહેવાય છે મિત્રો કે,
"એવું ન વિચારો કે ઈશ્વર
તમારી સાથે છે કે નહીં;
પણ એવું વિચારો કે,
તમે ઈશ્વરની સાથે છો કે નહીં."

કારણ કે, ઈશ્વર હંમેશા સત્યની સાથે હોય છે, ધર્મની સાથે હોય છે, સત્કર્મોની સાથે હોય છે.

એટલે જ તો કહેવાય છે કે,

"रथी तो हरक्षण साथ है,
जो मन तेरा पार्थ है।"

આપણે સર્વ પણ દરરોજ કર્મ કરીએ જ છીએ અને કર્મ કરનાર દરેક માટે ઈશ્વર હાજર જ હોય છે.

"જો સારા કરો તો સાથે
અને
ખરાબ કરો તો સામે...!"

-હવે નક્કી આપણે કરવાનું છે કે,
"એ સાથે જોઈએ?
કે
સામે?"

બાકી તો,

"તું મણકા બદલે કે,
આખે આખી માળા બદલે;
પરિણામ તો ત્યારે જ મળશે,
જ્યારે તું તારા 'કર્મો' બદલે..."

પણ કેટલાક અપવાદોને બાદ કરતા માણસ નામનું સ્વાર્થી પ્રાણી જરૂરિયાત પૂરી ન થતા કર્મ બદલવાને સ્થાને ઈશ્વર બદલી નાંખે છે.

એટલે જ તો કહેવાય છે મિત્રો કે,
"અદા બદલે છે, ચહેરો બદલે છે,
માણસ છે સાહેબ...
માનતા પૂરી ન થાય તો,
ભગવાન પણ બદલે છે."

-જબરો સ્વાર્થી નહિ...!

પણ જો કર્મો કરવામાં સાવચેતી રાખશું, તો આવી પરિસ્થિતિ ઉભી નહિ થાય.

માટે જ મિત્રો,

"પાક લણવો છે હવે
કરુણા તણો, સમજણ તણો,
ચાલો માનવીના મૂળમાં
પહોંચીને ઈશ્વર વાવીએ..."

ઋણાનુબંધ

એક સમયની વાત છે. એક યુવાન હતો, જે ફોજમાં કામ કરતો હતો. ઘર પરિવારના નામે તે એકદમ એકલો હતો. મા-બાપ, ભાઈ-બહેન આવું એનું કોઈ હતું જ નહીં. ટૂંકમાં પરિવારના નામે એને માથે કોઈ જવાબદારી હતી જ નહીં. એટલે એની કમાણી વાપરનારું પણ કોઈ ન હતું. એથી એ પોતાની બધી કમાણી ફોજમાં જ જમા કરતો હતો.

એમના બેઝ કેમ્પમાં એક યુવાન શેઠ માલસામાન સપ્લાય કરવા આવતા હતા. એમની સાથે આ ફોજીનો પરિચય થયો અને સમય જતા બંને ગાઢ મિત્રો બની ગયા.

એક દિવસ આ શેઠે ફોજીને કહ્યું કે, "યાર તારી પાસે ઘણા પૈસા છે, એ આમને આમ મૂકી રાખવાથી એટલા જ રહેશે. એના કરતા એ પૈસા તું મને આપ. હું એ પૈસા વેપારમાં લગાવીશ, તો એ પૈસાથી વધારે માલ ખરીદીને વધારે વેચાણ કરી શકીશ અને આમ થવાથી તારા પૈસા થોડાં જ સમયમાં બમણાં થઈ જશે." ફોજી આમ તો એકલો જ હતો, પણ એકના બે થતાં હોય અને તે પણ પૈસા તો કોને ના ગમે! એટલે ફોજીને પણ શેઠની વાત પસંદ આવી ગઈ અને એણે ફોજમાં મૂકેલા પોતાના બધા જ પૈસા શેઠને આપી દીધા. આ પૈસા મેળવી શેઠ પોતાના વ્યાપારને મોટાપાયે શરૂ કરવા મંડી પડ્યાં અને જોતજોતામાં એમનો વેપાર "દિન દો

ગુની અને રાત ચૌગુની" પ્રગતિ કરવા માંડ્યો. આમ, શેઠ ધીમે ધીમે અઢળક સંપત્તિના માલિક બની ગયા.

તો બીજી બાજુ બોર્ડર પર લડાઈ ચાલુ થઈ ગઈ. શેઠનો આ ફોજી મિત્ર અશ્વદળમાં હતો. એટલે એ પણ ઘોડી ઉપર બેસીને આ લડાઈમાં પોતાનું યોગદાન આપી રહ્યો હતો. બંને બાજુથી ગોળીઓનો વરસાદ થઈ રહ્યો હતો. ત્યાં તો અચાનક જ ગોળીઓના અવાજથી ફોજીની ઘોડી પાગલ થઈ ગઈ અને આમતેમ દોડવા લાગી. ફોજીએ તેને રોકવાના ખૂબ પ્રયત્નો કર્યા, પણ તે નિષ્ફળ ગયો. અંતે ગાંડીતૂર બનેલી એની ઘોડી દુશ્મન દેશની સરહદમાં ધૂસી ગઈ. ઘોડી પર બેસી કોઈ ફોજીને પોતાના દેશની સરહદમાં ધૂસતો જોઈ દુશ્મનોએ એમના પર ગોળીબાર કર્યો. દુશ્મનોએ સૌપ્રથમ ઘોડી પર જ નિશાન તાક્યું. ગોળી વાગતાં જ ઘોડી ભોંય ભેગી થઈ ગઈ અને ઉપર બેઠેલો ફોજી પણ જોરદાર ઝટકા સાથે જમીન પર પછડાયો. એની ગાંડીતૂર બનેલી ઘોડી ગોળી વાગવાથી મૃત્યુ પામી. આમ છતાં ફોજી હિંમતભેર ઉભો થયો અને એણે દુશ્મનો સાથે બાથ ભીડી. પણ દુશ્મનોના ટોળા સામે એ એકલા હાથે ઝાઝો સમય ટકી ન શક્યો અને અંતે એ ફોજી વીરગતિને પામ્યો.

પણ મિત્રો, આ વાતની જાણ જ્યારે ફોજીના પેલા પરમમિત્ર એવા શેઠને થઈ ત્યારે વિસ્મયની વાત એ હતી કે, શેઠ દુઃખી થવાને બદલે ખૂબ ખુશ થયા.

કારણ કે, પોતાના ફોજી મિત્રના જીવનને આટલા નજીકથી જોયા પછી પણ શેઠ કદાચ એ ભૂલી ગયા કે પછી ન સમજી શક્યા કે,

"मुट्ठी बाँधे जनम लिया था,
हाथ पसारे जाना है,
इस धरा का, इस धरा पर ,
सब धरा रह जाना है...!"

અને શેઠ તો કદાચ પોતાને અમર જ માની બેઠા હતાં. એમને તો સપનામાંય યાદ ન આવ્યું કે,

"આજે એનો
તો
કાલે મારો વારો આવશે જ..."

-આ બધું વિસરીને માત્ર સંપત્તિના મોહથી મોહાચેલા આ શેઠ હવે આ બધું આપણું જ છે, એ વિચારે રાજીના રેડ થઈ ગયા. કારણ કે, ફોજીનું કોઈ વારસદાર ન હતું. તેથી ફોજી પાસેથી લીઘેલા પૈસા હવે શેઠે કોઈને આપવાના થતા ન હતા. એટલે એ બધા પૈસા શેઠે પોતાની જાગીર સમજીને રાખી લીધા. એમેય શેઠનો વેપાર નફામાં ચાલતો હતો, ત્યાં હવે એમણે ઓછીના લીઘેલા પૈસા પણ કોઈને આપવાના ન હતાં, આ વિચારે શેઠ ખૂબ જ ખુશ થઈ ગયા. અઢળક ધન કમાઈ, ગાડી-બંગલો વસાવી, વેપારને ખૂબ વિશાળ પાચે વિકસાવી શેઠ ઘોડી ચઢ્યાં અને સુંદર ઘરવાળી લાવ્યાં.

શેઠના સુખમાં સતત વૃદ્ધિ થઈ રહી હતી. ત્યાં તો શેઠાણીને સારા દિવસો જતાં હોવાના સમાચાર મળ્યા. જાણે શેઠની બધી જ આંગળીઓ ઘીમાં હોય એમ થોડા સમયમાં શેઠને ત્યાં દીકરો આવ્યો. "પોતે ખૂબ જ ભાગ્યશાળી છે" -એમ કહેતાં કહેતાં શેઠ આ સુખને માણવામાં વ્યસ્ત થઈ ગયા.

સમય વીતતો ગયો. શેઠનો દીકરો ખૂબ સમજણો. ભણવામાં પણ ખૂબ જ હોશિયાર. શેઠે એને ખૂબ ભણાવ્યો. વેપાર વધતો ગયો, દીકરો મોટો થતો ગયો અને શેઠ-શેઠાણી વૃધ્ધ થતા ગયા.

દીકરો ભણીગણીને વેપાર સાચવતો થઈ ગયો એટલે શેઠે વિચાર્યુ કે, "દીકરો હવે પોતાનો વેપાર સંભાળવા યોગ્ય થઈ ગયો છે, તો એનાં લગ્ન પણ કરી દેવા જોઈએ." આમ વિચારી શેઠે એક સુંદર યુવતી સાથે એના લગ્ન કરાવી દીધાં.

પણ મિત્રો કહેવાય છેને કે,
"ધાર્યું તો ધણીનું થાય."

હા મિત્રો, મનુષ્ય એક છેડે વિચારે છે, જ્યારે ઈશ્વર એનો અંત બીજે છેડે લાવે છે, એવું જ કંઈક આ શેઠ સાથે પણ થયું.

લગ્નના થોડા જ દિવસોમાં દીકરાની તબિયત બગડી. શેઠ એને ગામનાં જ એક દવાખાનામાં લઈ ગયાં. પણ દીકરાની તબિયતમાં કોઈ સુધારો ન થયો. આથી શેઠ પોતાના દીકરાને

શહેરના મોટા દવાખાને લઈ ગયા. પણ બધું જ વ્યર્થ પુરવાર થઈ રહ્યું હતું. દીકરાની તબિયત દિવસેને દિવસે વધુ બગડી રહી હતી. શેઠે દીકરાને સારો કરવા પાછળ અઢળક સંપત્તિ ખર્ચી નાંખી. આમ છતાં એમનો દીકરો સાજો ન થયો અને અંતે ફરજ પરના તબીબોએ શેઠને જણાવી દીધું કે, "તમારા દીકરાને લાઇલાજ બીમારી છે, એની સ્થિતિ ખૂબ જ ગંભીર થઈ ચૂકી છે અને એ વધુમાં વધુ બે જ દિવસનો મહેમાન છે. બે દિવસમાં એનું મૃત્યુ થઇ જશે."

તબીબોની વાત સાંભળી શેઠનાં પગ તળેથી જમીન સરકી ગઈ. તેઓ એકદમ ભાંગી પડ્યા અને અંતે પોતાના દીકરાને લઈ ઘેર પાછા વળવા રવાના થયા.

સર્વ સ્થળેથી નિરાશ થયેલા શેઠ રડતાં રડતાં પોતાના દીકરાને ઘેર લઈને આવતા હતાં, ત્યાં રસ્તામાં તેમને પોતાના જ ગામનો એક માણસ મળ્યો. શેઠને દુઃખી જોઈને એણે શેઠને એમના દુઃખનું કારણ પૂછ્યું. શેઠે એને બધી હકીકત જણાવી અને કહ્યું કે, "મારા દીકરાને લાઇલાજ બીમારી છે અને તે બે દિવસમાં મૃત્યુ પામશે." આ વાત સાંભળી પેલા માણસે શેઠને કહ્યું કે, "શેઠજી, તમે નકામી ચિંતા કરો છો. મારા પાડોશમાં એક વૈદ્ય રહે છે, જે પાંચ રૂપિયાની એક પડીકીની દવા આપે છે, એની આ દવાથી મરણ પથારીએ પડેલાં પણ ઉઠીને દોડવા લાગે છે. તમે જલ્દી જાવ અને એ વૈદ્યની દવા લઈ આવો."

મિત્રો, "મરતો શું ન કરે!" -એમ આ માણસની વાત સાંભળી શેઠ પેલા વૈદ્યની પાસે દોડ્યા અને પાંચ રૂપિયાની પડીકી લઈ આવ્યા. ઘેર આવી એમણે દીકરાને એ પડીકીમાંથી ફટાફટ દવા આપી દીધી. પણ એમના દીકરાએ જેવી એ દવા પીધી કે તરત જ એનો જીવ નીકળી ગયો.

દીકરાને મૃત જોઈ શેઠ શેઠાણી આક્રંદ કરવા લાગ્યા અને તેની પુત્રવધૂ પણ રડારોળ કરવા મંડી. ધીમે ધીમે આ સમાચાર ગામમાં વાયુવેગે ફેલાઈ ગયાં. શેઠનાં દુ:ખમાં સહભાગી થવા લોકો એકઠા થવા લાગ્યા. આ સમયે એક સંત-મહાત્મા ત્યાં આવી ચઢ્યાં. તેમણે લોકોને ભેગા થવાનું અને આમ રડારોળ કરવાનું કારણ પૂછ્યું. લોકોએ મહાત્માને જણાવ્યું કે, "ગામના શેઠનો એકનો એક જુવાન દીકરો મરણ પામ્યો છે." -આ સાંભળીને એ મહાત્મા શેઠ પાસે ગયા.

શેઠની બરાબર બાજુમાં જઈને તેઓ શાંતિથી બેસી ગયા. થોડીવાર માટે તો મહાત્માએ બધું જોયે રાખ્યું, પણ પછી એમણે શેઠને પ્રશ્ન કર્યો કે, "શેઠજી, આપ કેમ રડી રહ્યા છો?" શેઠે જવાબ આપતાં કહ્યું કે, "જેનો એકનો એક જુવાન દીકરો મરણ પામે, એ માણસ રડે નહીં તો શું કરે...!"

આ સાંભળી મહાત્મા બોલ્યા કે, "પણ શેઠજી, જે દિવસે આપે પહેલીવાર વેપાર શરૂ કર્યો હતો, એ દિવસે તો આપ ખૂબ ખુશ

હતા...!" શેઠે કહ્યું કે, "કોઈ પણ નવો વેપાર શરુ કરે તો ખુશ જ થાય. એમાં શી નવાઈ...!"

મહાત્મા બોલ્યા, "શેઠજી, જે દિવસે આપને પેલા ફોજીએ વેપાર વધારવા પૈસા આપ્યા, એ દિવસે પણ આપ ખૂબ ખુશ હતા." શેઠે કહ્યું, "એ રૂપિયાથી મારો વેપાર વિશાળ પાયે શરુ કરી શકાય એમ હતું. આથી હું ખુશ હતો."

મહાત્માએ કહ્યું, "પેલા દિવસે પણ આપ ખૂબ ખુશ હતા." શેઠે કહ્યું, "કયા દિવસે?"

મહાત્મા બોલ્યાં, "જે દિવસે પેલો ફોજી મૃત્યુ પામ્યો, એ દિવસે. કારણ કે આપે વિચાર્યું કે, હવે એ બધા પૈસા આપના થઇ ગયાં. બરાબર ને...!" શેઠ બોલ્યાં, "સાચી વાત."

મહાત્માએ કહ્યું, "આપના લગ્ન સમયે પણ આપ ખૂબ ખુશ હતા." શેઠે કહ્યું કે, "પોતાના લગ્ન સમયે બધા જ ખુશ થતા હોય છે."

મહાત્માએ કહ્યું, "આપને ત્યાં દીકરો આવ્યો એ દિવસે પણ આપ હરખઘેલા થયા હતા." શેઠ બોલ્યાં, "જેને ત્યાં દીકરો આવે એ બધાં જ હરખઘેલા થઈ જાય છે. એમાં કાંઈ નવું નથી."

મહાત્માએ કહ્યું કે, "જ્યારે આપના દીકરાના લગ્ન થયા, ત્યારે પણ આપ ખૂબ હરખાતા હતાં." શેઠ બોલ્યાં, "જ્યારે પોતાના દીકરાના લગ્ન થાય, ત્યારે દરેક બાપ હરખાય જ છે."

શેઠનો આ જવાબ સાંભળી મહાત્મા બોલ્યાં કે, "આપ આટઆટલીવાર ખૂબ જ ખુશ હતાં. પછી આ નાની અમથી વાતમાં શું કામ સતત રડી રહ્યાં છો?" હવે શેઠનો અવાજ થોડો ઊંચો થઇ ગયો અને તેઓ ગુસ્સામાં બોલ્યાં કે, "મારા જુવાન દીકરાનો જીવ જતો રહ્યો અને આપને આ નાની અમથી વાત લાગે છે."

શેઠના આવા વર્તન પર મંદ મંદ હાસ્ય સાથે મહાત્મા બોલ્યાં, "અરે મૂર્ખ શેઠ, આ પેલો ફોજી જ હતો, જેના રૂપિયા આપ ખાઈ ગયેલા. એજ આપના ઘરે દીકરો બનીને એના બધા પૈસા વસૂલ કરવા માટે આવ્યો હતો. એના જન્મથી અત્યાર સુધી એના ઉછેરમાં, ભણતરમાં, ખાવા-પીવામાં, લગ્નમાં – આ બધે એણે પોતાના જ પૈસા ખર્ચ કરાવ્યાં. એમ છતાં એણે હજી મોટી રકમ આપના પાસેથી લેવાની બાકી હતી, એથી એ બીમાર પડ્યો અને બધા પૈસા દવાખાનામાં ખર્ચ કરાવ્યાં. છેલ્લે એનાં પાંચ રૂપિયા આપની પાસે બાકી રહ્યાં હતાં, એ પણ એણે પેલા વૈદ્યજીની પડીકી લેવડાવવામાં ખર્ચ કરાવી નાખ્યાં. હવે આપનો અને એનો કર્મોની લેણી-દેણીનો સંબંધ પૂરો થયો, એટલે આપની સાથે કર્મથી બંધાયેલા આ દેહને છોડીને તે ચાલ્યો ગયો. સમજાયું...!"

મહાત્માની વાત સાંભળી શેઠ બોલ્યા, "હે મહાત્મા! જો આપની વાત સાચી માનું તોય ચાલો અમારી સાથે તો જે થવાનું હતું એ થયું, કારણ કે આપના મતે અમારી સાથે તો એને કર્મોની લેણી-દેણી હતી. પણ પેલી ઘરમાં બેસીને રડી રહેલી એની નવ

પરણેતાનો શો વાંક? એનું જીવન જીવતે જીવ નરક કેમ બનાવી ગયો? એનો તે વળી શો દોષ?''

શેઠની વાત સાંભળી મહાત્મા બોલ્યાં, "એને પણ કર્મોની જ લેણી-દેણી હતી. જ્યારે એ ફોજી સીમા પર યુદ્ધ માટે ગયો હતો, ત્યારે એ પણ યુવાન હતો. ગોળીઓના અવાજથી ગાંડી બનેલી એની ઘોડી દુશ્મન દેશમાં જઈ ચઢી અને દુશ્મનોએ એને ગોળીઓથી વીંધી નાંખ્યો. જે ઘોડીના કારણે એ ફોજીનો જીવ ગયો હતો, એ ઘોડી આ સ્ત્રી – એની આ નવ પરણેતા જ હતી અને એટલે જ આ સ્ત્રીને ભરયુવાનીમાં એ આટલું મોટું દુઃખ આપીને ચાલ્યો ગયો....

શેઠજી, 'વેદો', 'પુરાણો'... જ નહીં પણ સાધુ, સંતો, મહંતો... -આ તમામ મહાપુરુષોના અનુભવો પણ એવું જ કહે છે કે, આ સંસાર કર્મોના લેણ-દેણ ઉપર જ ચાલે છે. જેને-જેને આ કર્મોની લેણદેણ પૂરી થાય છે, તે દરેક કર્મથી બંધાયેલા પોતાના દેહને અને આ સંસારને છોડીને સ્વધામમાં ચાલ્યા જાય છે. માટે હે શેઠજી, આ સંસારમાં કોઈ કોઈનું સગું નથી. આ તો બધા કર્મના બંધનથી બંધાયેલા હોય છે. જે ફોજીના મૃત્યુ પામવાથી આપ ખૂબ ખુશ થયા હતા, એજ ફોજી જ્યારે આપનો દીકરો બનીને આવ્યો ત્યારે આપ એના જ મૃત્યુથી શોકાતુર થઈ ગયા છો. વાસ્તવમાં એ દીકરો આપનો દીકરો હતો જ નહીં, માટે શાંત થાવ.''

આમ, મહાત્માના સમજાવવા પર શેઠને કર્મનો હિસાબ સમજાયો

તો ખરો, પણ સ્વીકારાયો તો નહીં જ અને "મારો દીકરો – મારો દીકરો" કરતાં તેઓ દીકરાના મોહમાં દુઃખી થતા રહ્યા.

કારણ કે,

"We searched for a forever in this temporary world."

અર્થાત્
"આ અસ્થાયી દુનિયામાં આપણે બધું જ સ્થાયી શોધીએ છીએ."

જ્યારે કે, અહીં કશું પણ સ્થાયી નથી, કાયમી નથી. સુખ પછી દુઃખ અને દુઃખ પછી સુખ આવે જ છે. દિવસ પછી રાત અને રાત પછી દિવસ થાય જ છે.
એટલે જ તો કહેવાય છે કે,

"અંત का भी अंत होता है,
कुछ भी कहां अनंत होता है।
पतझड़ भी एक धटना है,
बारह महीने कहां बसंत होता है।"

ખરેખર મિત્રો, જે આપણાં સગાં બનીને, વ્હાલાં બનીને, મિત્ર બનીને કે શત્રુ બનીને આવનારા -આ બધા કોણ આપણાં જીવનમાં આવે છે...? -માત્ર ને માત્ર એજ, જેમની સાથે આપણને કર્મોની લેણી-દેણી હોય છે અને જેમની સાથે આપણને કર્મોની લેણી-દેણી ના હોય એવાં કોઈની પણ સાથે આપણે અનાયાસે પણ કદી ભેટાતા નથી.

આથી જ તો કહેવાય છે કે,

"સંબંધ-
उसी आत्मा से जुड़ता है
जिनका हमसे पिछले जन्मों का
कोई रिश्ता होता है,
वरना दुनिया की इस भीड़ में
कौन किसको जानता है।"

એટલે જ કહું છું મિત્રો કે, કુટુંબ, સમાજ કે કાર્યસ્થળ... દરેક સંબંધમાં જેટલું ઋણ ચૂકવવાનું બાકી હોય, એટલો જ સમય તમે સાથે રહી શકો છો... જેવું એકબીજા પ્રત્યે કાંઈ પણ કરવાનું બાકી ના રહે, અર્થાત્ "ઋણ" ચૂકવાઈ જાય એટલે કુદરત આપોઆપ તમને અલગ કરી દેશે....
માટે જ મિત્રો,

"Respect Your Relations."

અને હંમેશા યાદ રાખો,
"साथ है हम सब इससे बड़ी क्या ख़ुशी...
थोड़ा मुस्कुराओ थोड़ा गुनगुनाओ
इसीका है नाम ज़िन्दगी...
साथ है हम सब इससे बड़ी क्या ख़ुशी
कोई न जाने कब आ जाये
घडी बिछड़ जाने की..."

માટે જ મિત્રો,

"પસંદીદા રિશ્તોં કો
હમેશા સંભાલ કર રખના,
અગર યે ખો ગએ તો
ગૂગલ ભી ઢૂંઢ નહીં પાએગા।"

મોરનું ઋણ

વાત છે મર્યાદા પુરુષોત્તમ પ્રભુ શ્રીરામની.

વનવાસ દરમિયાન એકવાર સીતામાતાને પાણીની ખૂબ તરસ લાગે છે. ભગવાન શ્રીરામ જંગલમાં ચારેબાજુ તપાસ કરે છે, પણ એમને ક્યાંય પાણી મળતું નથી. એવામાં એક મોર ત્યાં આવી ચઢે છે અને પ્રભુ શ્રીરામને કહે છે કે, "થોડે દૂર એક પાણીનું સરોવર છે. હું ઉડું, તમે મારી પાછળ પાછળ આવો."

મોર તો ઉડતો જાય છે અને એના પંખમાંથી એક-એક પીછું ફેંકતો જાય છે. પ્રભુ શ્રીરામ એ પીંછાની મદદથી મોરની પાછળ પાછળ જાય છે. અંતે પ્રભુ શ્રીરામ પાણીથી છલોછલ ભરેલા એક વિશાળ સરોવર સુધી પહોંચી જાય છે અને માતા સીતાને પાણી પીવડાવી તૃપ્ત કરે છે.

બીજી બાજુ મોરનાં એક-એક કરીને બધાં પીંછા ખરી જવાથી મોર મૃત્યુ પામે છે.

મિત્રો,

"દીવાને એટલા માટે વંદન કરવામાં આવે છે,
કારણ કે,
એ બીજા માટે બળે છે,
બીજાને જોઈને નહિ.
અને જે બીજાનાં માટે બળે છે,
એના માટે તો સ્વયં ઈશ્વર પણ રડે છે..."

એવી જ રીતે પ્રભુ શ્રીરામ પણ આ મોરના દેહને જોઈને દુ:ખી થાય છે અને એના દેહને પોતાના ખોળામાં લઈને કહે છે કે, "તારું આ ઋણ હું મારા કૃષ્ણ અવતારમાં ઉતારીશ."

અને આપણે સૌ જાણીએ જ છીએ કે,

"रघुकुल रीति सदा चली आई,
प्राण जाई पर बचन न जाई।"

આમ, નાનકડા જીવ એવા મોરે પ્રભુ શ્રીરામ માટે પ્રથમ પોતાના પીંછ અને અંતે પોતાના જીવનનો ત્યાગ કરી સ્વયં પ્રભુને પોતાના ઋણી બનાવી દીધા.

આથી જ તો કહેવાય છે મિત્રો કે,
"સો તોલું સોનું પહેરી ફરતા શેઠને
કોઈ પગે નથી લાગતું,
પણ શરીરે ભભૂત લગાવીને ભજન કરતા
સાધુને સૌ વંદન કરે છે.
કારણ કે,
મહિમા ત્યાગનો છે,
ભોગનો નહીં..."

મિત્રો, આ ઋણ અને પોતાના વચનને કારણે જ ભગવાન શ્રીકૃષ્ણના માથે હંમેશા મોરપંખ જોવા મળે છે. આમ, ત્યાગની આ

મહિમાને માન આપી માથે મોર મુકુટ ધરી સ્વયં ઈશ્વરે પણ એક મોરનું ઋણ ચૂકવ્યું છે.

એટલે જ તો કહેવાય છે કે,

> "कहीं का किया,
> कहीं तो अवश्य मिलता है।"

અને કર્મનાં આ જ સિદ્ધાંતના બળે મોરને પણ એના એક ભવના સત્કર્મનું ફળ બીજા ભવે મળે છે.

મિત્રો, જગતનો પાલનહાર જો ઋણ ચૂકવતો હોય તો આપણી શી વિસાત...!

માટે જ મિત્રો,

> "चलो नेकी के कुछ बेर चुन लें
> कभी तो काम आएँगे....
> हम सब की झोपड़ी में भी
> कभी तो राम आएँगे..."

ત્રણ મિત્રો

વાત છે એક સામાન્ય વ્યક્તિની. એ વ્યક્તિના ત્રણ મિત્રો હતા.

જ્યારે તે મરણ પથારીએ પડ્યો, ત્યારે એણે પોતાના આ ત્રણેય મિત્રોને પોતાની પાસે બોલાવ્યા અને કહ્યું કે, "હવે મારો અંતિમ સમય આવી ગયો છે. તમે લોકોએ મને આજીવન સાથ આપ્યો છે. તો શું મૃત્યુ પછી પણ, તમે મને સાથ આપશો?"

આ સાંભળી પ્રથમ મિત્રએ કહ્યું કે, "મેં આખી જીંદગી તારો સાથ આપ્યો છે પણ હવે હું લાચાર છું, વિવશ છું. હવે હું તારી કોઈ મદદ નહીં કરી શકું."

જ્યારે બીજા મિત્રએ કહ્યું કે, "મેં જીવનભર દરેક પરિસ્થિતિમાં તારો સાથ આપ્યો છે. પણ હું તારા મૃત્યુને રોકવા માટે અસમર્થ છું, તેમજ મૃત્યુ પછી તારો સાથ આપવા માટે પણ હું અસમર્થ છું. જો હું ઈચ્છું તોપણ મૃત્યુ પછી તારો સાથ ન આપી શકું. પણ હું એ વાતનું ધ્યાન રાખીશ કે, મૃત્યુ પછી તારી અંતિમક્રિયાઓ યોગ્ય રીતે થાય."

અંતે ત્રીજા મિત્રએ કહ્યું કે, "મિત્ર! તું ચિંતા નહીં કર. હું મૃત્યુ પછી પણ તારી સાથે જ રહીશ. તું જ્યાં પણ જઈશ, હું ત્યાં તારી સાથે રહીશ."

હવે પ્રશ્ન એ થાય કે, "આ ત્રણ મિત્રો કોણ હતા...?" તેમાંય ત્રીજો તો જબરો વિચિત્ર...! મૃત્યુ પછી પણ સાથે રહેવાની વાત કરે છે. સાચે જ જબરો વિચિત્ર નહિં...!

આ ત્રણ મિત્રો હતા; 'સંપત્તિ', 'કુટુંબ' અને 'કર્મ'.

મિત્રો, ખરેખર તો "આપણી સાચી સંપત્તિ શું છે?" -એ આપણું આખું જીવન પૂરું થઈ જાય ત્યાં સુધી આપણે સમજી જ નથી શકતા. આ નાસમજીના કારણે જ ધન - દોલત, ગાડી - બંગલા જેવી વસ્તુઓને આપણે આપણી સાચી સંપત્તિ માની લઈએ છીએ અને એજ સંપત્તિને દિવસ-રાત એક કરીને ભેગી કરતા રહીએ છીએ.

પણ મિત્રો કહેવાય છેને કે,
        "આખી જીંદગી ગમે તેટલું 'ધન-ધન' કરો
        છેવટે
        શોકસભાની પત્રિકામાં તો 'નિધન' જ લખાશે..."

અને આ ધન-ધન કરતા જ્યારે નિધન સુધી પહોંચી જવાય છે ત્યારે સમજાય છે કે,

        "ગઠરી બાંધ બેઠા હૈ
        અનાડી
        પર જો સાથ લે જાના થા,
        વો તો કમાયા હી નહીં..."

મનુષ્ય અવતાર લીધો છે માટે આર્થિક જરૂરિયાતો હોવાની -એ સ્વાભાવિક જ છે. પૈસા જરૂરી છે, પણ "કેટલા પૈસા...?" અને "કેટલા જરૂરી...?" -એ સ્પષ્ટ હશે તો આવી પરિસ્થિતિ ઉભી નહિં થાય.

અને એમેય મિત્રો,
"ગણિત અને ગણતરીમાં જ
રચ્યા રહેશું, તો
એ અગણિતને પામવાથી
વંચિત રહી જઈશું...!"

આથી જ તો કહેવાય છે કે,
"પ્રભુ એટલું આપજો કે
શોધવું ના પડે
અને
સંતાડવું પણ ના પડે...!"

સંપત્તિ તો સાથે આવવાની નથી, તો વાત કરીએ કુટુંબની. દેહ છે ત્યાં સુધી આ સંબંધ છે. દેહ છૂટતા જ કુટુંબ પણ છૂટી જાય છે, એ પણ ત્યારે જ જ્યારે કે દેહ હતો ત્યારે 'કુટુંબ એની સાથે હોય' અથવા તો 'એ કુટુંબની સાથે હોય'. બાકીના માટે આવો પ્રશ્ન ઉભો નહીં થાય. દેહરૂપી જે ઘરમાં આપણો વાસ હતો એ છૂટે એટલે કુટુંબરૂપી ઘર પણ છૂટી જ જાય. હા પણ, કર્મના બળે ફરી

મળવાનું થઈ શકે, એ પણ નવા દેહે, નવા સંબંધે અને નવા કર્મના ઋણાનુબંધે.

માટે જ તો કહેવાય છે કે,
"શરીરની હાજરી છે
ત્યાં સુધી
લાગણી વરસાવી લો...
કારણ કે,
તસ્વીરને લાગણીની
કોઈ અસર થતી નથી..."

જો કે,
"ખોઈ દીધા પછી જ
ખ્યાલ આવે છે...
કેટલો કિંમતી હતો,
સમય, વ્યક્તિ અને સંબંધ...!"

બાકી મિત્રો,
"કિંમતી તો ઘણું બધું હોય છે...
જીવનમાં
પણ દરેક વસ્તુની કિંમત ફક્ત
સમય જ સમજાવી શકે છે."

અને સમય તો માત્ર એટલું જ કહે છે કે,
"અંતે તો 'રાખ',
બસ
એટલું જ યાદ રાખ..."

અને આ રાખ થયા પછી ન સાથે સંપત્તિ આવશે, ન કુટુંબ, કશું જ નહિં, દેહ પણ નહિં. સાથે આવશે માત્ર ને માત્ર આપણા "કર્મ".

માટે જ મિત્રો,
"कितना भी इत्र छिड़क लो
कपड़ों पर
रूह तो कर्मो से
ही महेकेगी।"

લાલચનું ફળ

ભગવાન શ્રીકૃષ્ણએ કુરુક્ષેત્રની ભૂમિ પર અર્જુનને કર્મયોગનું જે જ્ઞાન આપ્યું હતું, એ અર્જુન સિવાય સંજયે પણ સાંભળ્યું હતું અને સંજયે મહારાજ ધૃતરાષ્ટ્રને પણ આ જ્ઞાનનો લાભ આપ્યો હતો.

જેમાં શ્રીકૃષ્ણ કહે છે કે, "બધું જ પૂર્વ નિર્ધારિત છે. બધાને પોતાના પૂર્વના કર્મોનો દંડ ભોગવવો જ પડશે."

મહાભારતનું યુદ્ધ પૂરું થયા પછી પણ મહારાજ ધૃતરાષ્ટ્રને આ વાત યાદ હતી. 'દુર્યોધન' અને 'દુશાસન' -આ બન્ને પાંડવો અને પાંચાલીના દોષી હતા, આથી મહારાજ ધૃતરાષ્ટ્ર એમના મૃત્યુને કર્મ દંડ સાથે જોડી રહ્યા હતા. પણ બાકીના એમના પુત્રોનો કોઈ વાંક ન હતો, તો પછી એમનું મૃત્યુ કેમ થયું? -આ પ્રશ્ન મહારાજ ધૃતરાષ્ટ્રને દુઃખી કરી રહ્યો હતો.

મહાભારતનું યુદ્ધ પૂરું થયા પછી મહારાજ ધૃતરાષ્ટ્ર આ અંગે શ્રીકૃષ્ણને પૂછે છે કે, "હે યાદવ શ્રેષ્ઠ! હું નેત્ર વિના જન્મ્યો, મારા સો પુત્ર મૃત્યુ પામ્યાં, તો હે વાસુદેવ! મેં એવું તો કયું પાપ કર્યું છે, જેનું હું આવું પરિણામ ભોગવી રહ્યો છું. આપે અર્જુનને કહ્યું હતું કે, "જે થઈ રહ્યું છે, એ બધું જ કર્મને આધીન છે." તો મારું નેત્રહિન હોવું અને મારા સો પુત્રનું મૃત્યુ થવું -આ બધાની પાછળ શું કારણ છે? કૃપા કરી આપ મને જણાવો."

શ્રીકૃષ્ણ ઉત્તર આપતા જણાવે છે કે, "હે મહારાજ ધૃતરાષ્ટ્ર! આપે જે આ સાંભળ્યું એ સર્વથા સત્ય છે. કર્મનો દંડ તો બધાએ જ ભોગવવો પડે છે, એનાથી કોઈ છટકી નથી શક્તું, એમાં પણ રાજા તેમજ સમર્થ વ્યક્તિઓએ તો કર્મનો દંડ વિશેષ રૂપે ભોગવવો પડે છે, કારણ કે ઈશ્વર જેમને સમર્થ બનાવે છે, એમને વધુ જવાબદાર હોવાની આશા પણ રાખે છે અને એમેય કંઈક મેળવવા માટે કંઈક આપવું તો પડે જ છે. મહારાજ! આપ આ જન્મમાં પણ રાજા છો અને પૂર્વ જન્મમાં પણ એક રાજા જ હતા. પણ આપે આપની જવાબદારી ભૂલી અનેકાનેક પાપકર્મો કર્યાં."

આ સાંભળતાની સાથે જ મહારાજ ધૃતરાષ્ટ્ર અધીરા બની ગયા અને તેમણે કહ્યું કે, "હે વાસુદેવ! મેં આ જન્મમાં જે પાપો કર્યા એનાથી હું જ્ઞાત છું, પણ પૂર્વજન્મ વિશે આપની પાસે જાણવા હું આતુર છું. કૃપા કરી મને જણાવો કે, પૂર્વ જન્મમાં મેં એવા તે કયા પાપકર્મો કર્યા કે મારે ભાગે આવા દુઃખો ભોગવવાના આવ્યા."

શ્રીકૃષ્ણએ એમને એમના પૂર્વજન્મથી માહિતગાર કરતા કહ્યું કે, "હે મહારાજ ધૃતરાષ્ટ્ર! મેં કહ્યું એમ પાછલા જન્મમાં પણ આપ એક રાજા હતા. આપના રાજ્યમાં એક તપસ્વી બ્રાહ્મણ રહેતો હતો. એ બ્રાહ્મણની પાસે હંસોનું એક જોડું હતું. જેના ચાર બચ્ચાં પણ થયા હતા. બ્રાહ્મણને આ હંસો સાથે પોતાના સંતાન જેવો જ લગાવ હતો. બ્રાહ્મણ તીર્થયાત્રા પર જવા ઈચ્છતો હતો, પણ હંસોની ચિંતાને કારણે એ તીર્થયાત્રા પર જવાનું ટાળતો હતો. બ્રાહ્મણે પોતાની આ ચિંતા એક સાધુને જણાવી. સાધુએ બ્રાહ્મણને જણાવ્યું

કે, "રાજા પ્રજાનો પાલક હોય છે. તું અને તારા હંસો -બન્ને રાજાની પ્રજા છો. માટે હંસોને રાજાના સંરક્ષણમાં મૂકી તું તીર્થયાત્રા માટે જા." હે મહારાજ ધૃતરાષ્ટ્ર! આપ પૂર્વ જન્મમાં પ્રજાપાલક રાજા હતા, આથી બ્રાહ્મણને પણ સાધુની સલાહ ગમી. તીર્થયાત્રા પર જવાની પોતાની ઈચ્છા અને સાધુએ આપેલી સલાહ -બંનેને માન આપી આ બ્રાહ્મણ આપની પાસે આવ્યો અને એણે પોતાની બધી જ મુશ્કેલી આપની સમક્ષ રજૂ કરી. બ્રાહ્મણની વ્યથા સાંભળી આપે પણ બ્રાહ્મણના તીર્થયાત્રા પરથી પરત ફરવાના સમય સુધી હંસોને સાચવવાની જવાબદારી લઈ લીધી. બ્રાહ્મણ હંસના જોડાને અને તેના ચાર બચ્ચાંઓને આપની પાસે મૂકી તીર્થયાત્રા પર નીકળી ગયો. આ બધા હંસ આપના જ રાજમહેલના તળાવમાં ઉછરવા લાગ્યા. સમય વીતતો ગયો. એક દિવસ આપને માંસ ખાવાની તીવ્ર ઇચ્છા થઈ, પણ પોતાનું મન વાળવા આપ આપના જ મહેલના બાગમાં ફરવા નીકળ્યા. ત્યાં ફરતા ફરતા આપની નજર હંસ અને તેના બચ્ચાંઓ પર પડી. આપે વિચાર્યું કે, "ઘણા બધા જીવોનું મેં માંસ ખાધું છે, પણ આજ સુધી હંસનું માંસ નથી ખાધું. એનો સ્વાદ કેવો હશે?" -આવા વિચારોને કારણે માંસ ખાવાની આપની ઇચ્છા વધુ પ્રબળ બનતી ગઈ. અંતે આપની આ ઇચ્છા આપના ઉપર વિજય મેળવવામાં સફળ થઈ અને આપે હંસના બે બચ્ચાંઓનું માંસ શેકાવીને ખાય નાખ્યું. પછી શું...!? એનો સ્વાદ આપની જીભને એવો ગમી ગયો કે હંસના જોડાને એક - એક એમ કરતા સો બચ્ચાં થયા અને આપ એ બધા બચ્ચાંને એક - એક કરતાં ખાતા ગયા. અંતે હંસનું

એ જોડું સંતાનહીન બની, પોતાના સંતાનોના વિયોગમાં દુ:ખી થઈ મૃત્યુ પામ્યું. ઘણા વર્ષો પછી પેલો બ્રાહ્મણ તીર્થયાત્રાથી પાછો વળ્યો અને એણે મહેલમાં આવી પોતાના હંસોની માંગણી કરી. બધા હંસો તો આપની લાલચને કારણે જીવ ગુમાવી ચુક્યા હતા, પણ પ્રજાપાલક રાજા એ વાત કયા મુખે સ્વીકારે કે પ્રજાના પાલકે જ પ્રજાની સંપત્તિ લૂંટી લીધી. માટે આપે બ્રાહ્મણને કહ્યું કે, "હે બ્રાહ્મણદેવ! આપના હંસ આપના જ વિયોગમાં બિમાર પડી, મૃત્યુ પામ્યાં." બ્રાહ્મણ આપના પર પૂર્ણ વિશ્વાસ કરતો હતો, આથી આપની વાત પર વિશ્વાસ કરી, વિલાપ કરતો કરતો એ પોતાના ઘેર પાછો વળ્યો. આમ આપે અનેક અપરાધો કર્યા, એનું જ પરિણામ આપ આજે ભોગવી રહ્યા છો.

જે આપની પાસે આશ્રય માટે આવ્યા હતા, એવા હંસના સો બચ્ચાંનો જીભની લાલચમાં આવી આપે જીવ લઈ લીધો. હે મહારાજ ધૃતરાષ્ટ્ર! એવી જ રીતે આપના સો પુત્ર થયા અને તેઓ પણ લાલચમાં આવી માર્યા ગયા. એ બધાની જીભ પણ જરૂરથી વધુ ઉદ્દંડ હતી.

હે મહારાજ ધૃતરાષ્ટ્ર! આપે તીર્થયાત્રા પર ગયેલા પેલા બ્રાહ્મણ સાથે વિશ્વાસઘાત કર્યો. પ્રજાપાલક હોવા છતાં આપે પ્રજાની જ સંપત્તિ લૂંટી લીધી. એટલું ઓછું હોય એમ આપના પર આંધળો વિશ્વાસ કરનાર પેલા બ્રાહ્મણ પાસે આપ જુઠું બોલ્યા. હે મહારાજ ધૃતરાષ્ટ્ર! જ્યારે કોઈ આંખો બંધ કરીને આપણા પર વિશ્વાસ કરે, ત્યારે એનો વિશ્વાસ ક્યારેય તોડવો ન જોઈએ. આ બ્રાહ્મણ સાથે

વિશ્વાસઘાત કરવાને કારણે જ આપ અંધ જન્મ્યા. તેમજ પૂર્વ જન્મમાં રાજધર્મ ન નિભાવવાને કારણે જ આ જન્મમાં આપ રાજકાર્યમાં વિફળ થયા.

હે મહારાજ ધૃતરાષ્ટ્ર! બધાથી મોટું પાપ હોય છે વિશ્વાસઘાત અને આપ એજ પાપનું ફળ ભોગવી રહ્યા છો."

ભગવાન શ્રીકૃષ્ણ પાસેથી પોતાના પૂર્વ જન્મની માહિતી પ્રાપ્ત થતા મહારાજ ધૃતરાષ્ટ્રને પણ કર્મનો સિદ્ધાંત સમજાયો.

મિત્રો, મહારાજ ધૃતરાષ્ટ્રે આખી જીંદગી મારું-મારું જ કર્યું. પહેલા પોતાના માટે અને પછી પોતાના સંતાનો માટે. પણ કદાચ મહારાજ ધૃતરાષ્ટ્ર એ ભૂલી ગયા હતા કે,

"संपत्ति के उत्तराधिकारी,
एक से ज्यादा हो सकते है,
लेकिन
कर्म के उत्तराधिकारी,
हम स्वयं ही होते है,
और कोई भी नहीं।"

-અને આટલું જો સમજી જવાય તો વાલીયા લૂંટારામાંથી વાલ્મીકિ બની જવાય.

માટે જ તો કહેવાય છે મિત્રો કે,

"નિસ્વાર્થ કર્મ કરતા રહો
જે પણ થશે, સારું જ થશે
Late ભલે થાય પણ
Latest થશે....!"

કારણ કે,

"ऊपरवाले के घर में
देर है
अंधेर नहीं।"

મિત્રો, મહારાજ ધૃતરાષ્ટ્ર જન્મથી નેત્રહીન તો હતા જ, પણ સાથે સાથે એમણે સંપત્તિ અને સત્તા પાછળ આંધળી દોટ મૂકી હતી, જેને કારણે એમણે ક્યારેય કોઈ પણ વ્યક્તિ કે સંબંધને માનથી જાળવ્યા નહીં, માત્ર વાપર્યા જ.

એટલે જ તો કહેવાયું છે કે,
"સંબંધ નિભાવવા માટે
નમ્રતાની જરૂર જણાય છે,
બાકી છળકપટથી તો
મહાભારત જ રચાય છે....!"

યાદ કરો મિત્રો, કર્ણએ છેતરીને લીધેલી વિદ્યા તેમજ ધૃતરાષ્ટ્રે છેતરીને લીધેલું પદ, ખરા સમયે ન તો એમને કામ આવ્યા, પરંતુ એમના જ વિનાશ માટે નિમિત્ત બન્યા...

આથી જ તો કહેવાય છે કે,
"છેતરીને લીધેલી વિદ્યા, સંપત્તિ કે પદ,
સમય આવ્યે
વિનાશક જ બને છે,
નહિં તો વંશ નાશક."

મહારાજ ધૃતરાષ્ટ્રનું સમગ્ર જીવન જોતા તો મિત્રો એટલું જ કહી શકાય કે,

"बहुत गज़ब का नज़ारा है -
इस अजीब सी दुनिया का,
लोग सबकुछ बटोरने में लगे है,
खाली हाथ जाने के लिए।"

મિત્રો, ખરેખર સમજાતું નથી કે,
"લોકો બ્લડપ્રેશરના ડરથી ખારું
અને
ડાયાબિટીસના ડરથી મીઠું
ખાવાનું છોડી દે છે.
પણ
કર્મના ડરથી હરામનું ખાવાનું
કેમ છોડતા નથી...!"

જ્યારે કે,

> "એક કોળિયો પેટ સુધી પહોંચાડવા ઇશ્વરે પણ કેવી અદ્ભુત
> રચના કરી છે...
> ગરમ હોય તો હાથ કહી દે છે...
> કઠણ હોય તો દાંત કહી દે છે...
> કડવું હોય તો જીભ કહી દે છે...
> વાસી હોય તો નાક કહી દે છે...
> બસ ખાલી 'હક'નું છે કે 'હરામ'નું -એ આપણે નક્કી
> કરવાનું છે..."

કારણ કે,

> "પુણ્ય કોઈને દગો દેતું નથી,
> અને
> પાપ કોઈનું સગું થતું નથી."

માટે જ મિત્રો,
"પથ્થર બનીને
ઠેસ પહોંચાડવા કરતા,
આવો
પગથિયું બનીને
એકબીજાને ઠેઠ સુધી પહોંચાડીએ."

બે જ માર્ગ

મિત્રો, ઉનાળાના દિવસો હતા અને બજારમાં એક બાળક ભરબપોરે ખુલ્લા પગે ફૂલો વેચી રહ્યો હતો. બજારમાં આવતા જતા લોકો એની સાથે આરામથી ભાવતાલ કરી રહ્યા હતા કારણ કે, એમના પગમાં તો પગરખાં હતા..., એથી આ બાળકને તો શું, એના ખુલ્લા તેમજ બળતા પગને જોવાની ફુરસદ પણ એમની પાસે ક્યાંથી હોય...!

આ બધાની વચ્ચે એક સજ્જન વ્યકિતનું ધ્યાન આ બાળકના પગ તરફ ગયું. આકરા તાપથી પગ બળતા હોવાને કારણે બાળક વારાફરતી પગ બદલી એક પગ બીજા પગ પર મૂકી દેવાના પ્રયાસો કરતા કરતા ફૂલો વેચી રહ્યો હતો. આ બધું જોઇ એને ખૂબ જ દુ:ખ થયું. એક પળનો પણ વિચાર કર્યા વિના એ નજીક આવેલી પગરખાંની દુકાન પર દોડી ગયો. ત્યાંથી એ સુંદર મજાના બૂટ લઈ બાળક પાસે આવ્યો. આ બૂટ એણે બાળક પાસે મૂક્યા અને બાળક સામું જોઇ એણે કહ્યું કે, "બેટા! બૂટ પહેરી લે."

બાળક બૂટ જોઈને હરખાઈ ગયો અને એણે ઝડપથી બૂટ પહેરી લીધા. એને ખુશ થયેલો જોઈ પેલો સજ્જન ત્યાંથી આગળ વધ્યો, કે તરત જ પેલા બાળકે એમનો હાથ પકડી લીધો અને એમના બાજુ જોઈ સ્મિત સાથે પેલા બાળકે એમને પ્રશ્ન કર્યો કે, "તમે ભગવાન છો ને...?"

પેલો સજ્જન માણસ બાળક દ્વારા અચાનક પૂછાયેલા આવા પ્રશ્નથી ગભરાઈને બોલ્યો, "ના... ના... બેટા..! હું ભગવાન નથી."

એમનો આવો જવાબ સાંભળી બાળક તરત જ બોલ્યો કે, "જો તમે ભગવાન નથી, તો પછી ચોક્કસ ભગવાનના મિત્ર જ હશો...! કારણ કે મેં ગઈકાલે રાત્રે જ ભગવાનને પ્રાર્થના કરી હતી કે, હે ભગવાન! તાપમાં ફૂલ વેચતા સમયે મારા પગ બહુ જ બળે છે, તો તમે મને બૂટ લઈ આપોને."

બાળકની વાત સાંભળી પેલા માણસની આંખો ભરાઈ ગઈ, છતાં એક શબ્દ પણ બોલ્યા વિના સંતોષના સ્મિત સાથે એ ત્યાંથી આગળ વધ્યો. કારણ કે, હવે એને સમજાય ગયું હતું કે,

"ભગવાનના મિત્ર બનવું અઘરું નથી..."

પણ આ કળિયુગમાં કેટલાક અપવાદોને બાદ કરતા માણસ ભગવાનનો તો શું?, માણસનો મિત્ર?, અરે માણસ બની રહે તોય ઘણું...!

કારણ કે,
"માણસથી માણસાઈનું એક પગથિયું નથી ચઢાતુ,
પણ
માનતા રાખીને ડુંગર ચઢે છે."

પણ મિત્રો,

  "માનતા રાખીને હજાર પગથિયાં ચઢવા કરતા,
  માણસાઈનું એક પગથિયું ચઢવું સારું."

  અને એટલે જ તો કહેવાય છે કે,
  "જરુરી નથી કે દરેક સમયે
  જીભ પર ભગવાનનું નામ આવે,
  એ ક્ષણ પણ ભક્તિ જ કહેવાય
  જ્યારે
  માણસ માણસને કામ આવે."

એમેય મિત્રો, કુદરતે આપણને બધાયને માત્ર ને માત્ર બે જ માર્ગ આપ્યા છે:

  "આપી જાવ"
  અથવા
  "છોડીને જાવ".

બાકી સાથે લઈ જવાની તો કોઈ વ્યવસ્થા જ નથી...

એટલે જ તો કહેવાય છે કે,

  "अरब खरब धन जोड़िये
  करिये लाख फरेब...!
  धरा यहीं रह जाएगा
  नहीं कफ़न में जेब...!"

હા મિત્રો, સ્મશાનનું સિક્યુરિટી ચેક ખૂબ જ કડક હોય છે, એક તણખલું તો શું..? શ્વાસ પણ સાથે નથી લઇ જવા દેતા. પદ, પૈસા, પહોંચ, સંપત્તિ, સમૃદ્ધિ, સંબંધ -આ બધું જ અગ્નિની જ્વાળાઓના વૈભવમાં ચેક ઇન કરતા પહેલા બહાર મૂકી દેવું પડે છે. એટલે કે કશું પણ સાથે લઇ જવાય એવી કોઈ શક્યતા જ નથી. સાથે તો આવશે માત્રને માત્ર આપણા "કર્મો".

માટે જ તો કહેવાયું છેને મિત્રો કે,

> "હમને બહુત કરીબ સે
> દેખા હૈ ઝિન્દગી કો,
> ઉતના હી પાસ રહ ગયા,
> જો દે દિયા કિસીકો।"

કર્મ ચક્ર

વાત છે મહાભારતના સૌથી દમદાર પાત્રની, જેના પર આખે આખું હસ્તિનાપુર અડીખમ ઉભું હતું. એ હતા રાજા શાંતનું અને માતા ગંગાના પુત્ર દેવવ્રત. જેમણે પોતાના પિતાના સુખ માટે આજીવન અવિવાહિત રહી હસ્તિનાપુરના સિંહાસનના સેવક બની જીવન વ્યતીત કરવાની પ્રતિજ્ઞા લીધી હતી અને એમની આ ભીષણ પ્રતિજ્ઞાને કારણે જ તેઓ ભીષ્મ તરીકે ઓળખાયા.

એજ પિતામહ ભીષ્મ મહાભારત યુદ્ધના અંતે બાણશય્યા પર પડ્યા પડ્યા પોતાને મળેલી આ અસહ્ય વેદનાઓનો તાગ મેળવવાના મિથ્યા પ્રયાસો કરે છે. અંતે તેઓ પ્રભુને શરણે જાય છે અને ભગવાન શ્રીકૃષ્ણને પૂછે છે કે, "હે વાસુદેવ! એવા તે મારા કયા કર્મ છે કે જેના કારણે મારે આ પીડા વેઠવી પડી રહી છે."

ભગવાન શ્રીકૃષ્ણ કહે છે કે, "ભલે આ જન્મમાં આપે આવા કોઈ પાપકર્મ ન કર્યા હોય પરંતુ આગલા કોઈ જન્મમાં કર્યા હશે...!"

એટલે ભીષ્મ પિતામહ કહે છે કે, "હું મારા સો જન્મ સુધી જઈને આવ્યો, પણ આવી યાતના વેઠવી પડે એવા કોઈ જ પાપકર્મ મેં કર્યા નથી."

ભગવાન શ્રીકૃષ્ણ એમને કહે છે કે, "હજી એક જન્મ પાછળ જઈને જુઓ. આપના પૂર્વના એકસો એકમાં જન્મમાં પણ આપ એક

રાજવંશમાં જન્મ્યા હતા, એટલું જ નહીં આપના પુણ્ય કર્મોને લીઘે આપ વારંવાર રાજવંશમાં જન્મ લેતા રહ્યા છો. પરંતુ એ જન્મમાં જ્યારે આપ રાજકુમાર હતા, એ સમયની આ વાત છે. એકવાર આપ શિકાર કરી જંગલથી પાછા વળી રહ્યા હતા, ત્યારે આપના ઘોડાની આગળના ભાગે વૃક્ષ પરથી એક સાપ પડ્યો. આપે આપના તીર વડે એ સાપને ઉપાડીને જોયા વિના જ પોતાની પીઠ પાછળ ફેંકી દીધો. એ સમયે આ સાપ એક બોરડીના વૃક્ષ પર પડ્યો અને બોરડીના અસંખ્ય કાંટા એની પીઠમાં ઘૂસી ગયા. સાપે એમાંથી બહાર નીકળવાના પ્રયત્નો કરી જોયા. પણ જેટલા વઘુ પ્રયત્નો એ કરતો, તેટલા જ વઘુ કાંટા એની પીઠમાં ભોંકાતા ગયા. આજ સ્થિતિમાં એ સાપ કેટલાય દિવસો સુધી જીવતો રહ્યો અને ભગવાનને પ્રાર્થના કરતો રહ્યો કે, "હે પ્રભુ! જેટલી યાતનાઓ મને મૃત્યુ સમયે વેઠવી પડી છે, એટલી જ વેદના મારા આવા મૃત્યુ માટે નિમિત્ત બનનારને દેજે."

આ સાંભળી ભીષ્મ પિતામહ ભગવાન શ્રીકૃષ્ણને કહે છે કે, "આપ એમ કહો છો કે મારા પૂર્વના એકસો એકમાં જન્મનું આ ફળ છે. તો હે વાસુદેવ, આ ફળ મને મારા સો જન્મ સુધી કેમ ના મળ્યું."

એમના આ પ્રશ્નના ઉત્તરમાં શ્રીકૃષ્ણ કહે છે કે, "આપે આ એક પાપ કર્મ સિવાય અનેકાનેક પુણ્ય કર્મો પણ કર્યા છે અને આ પુણ્ય કર્મો જ આપને હંમેશાં આ પાપ કર્મના ફળથી બચાવતા રહ્યા."

એટલે ભીષ્મ તરત જ કહે છે કે, "હે વાસુદેવ! આ જન્મમાં મેં એવું તો વળી કયું પાપ કર્યું? મેં તો નિષ્ઠાથી મારો ધર્મ નિભાવ્યો છે તો પછી...?"

શ્રીકૃષ્ણ કહે છે કે, "હે પિતામહ! આપની વાત સાચી છે. આપે આપના હાથથી કોઈ પાપ કર્મ નથી કર્યું. પણ જેમ અત્યાચાર કરવું પાપ છે, તેમ અત્યાચાર સહેવું પણ પાપ છે અને એનું ભાગીદાર થવું એ પણ પાપ જ છે. આપ પિતામહ છો. આપ મહાભારતનું યુદ્ધ રોકી શક્યા હોત, આપ પાંડવોનો વનવાસ રોકી શક્યા હોત, એ બધું તો તોપણ ઠીક છે પિતામહ, પણ એ સર્વથી વિશેષ તો આપ પાંચાલીનું ચીરહરણ રોકી શક્યા હોત... પણ આપ આંખ આડા કાન કરી ચૂપચાપ બેસી રહ્યા અને બધા જ પાપ માટે ભાગીદાર બની બેઠા. જેના ફળસ્વરૂપે આપના પૂર્વના એક્સો એકમાં જન્મના પાપ કર્મનું ફળ આપે આ જન્મમાં ભોગવવું પડ્યું."

આમ, ભગવાન શ્રીકૃષ્ણ દ્વારા કર્મચક્રનું જ્ઞાન મળતા પિતામહ ભીષ્મ પોતાના પૂર્વના કર્મોથી જ્ઞાત થયા અને કર્મની મહત્તા સમજી શક્યા.

પણ આ કર્મ ચક્રથી અજાણ સામાન્ય માનવીએ ગંગા સ્નાનના મહત્વને જુદી જ રીતે લઈ લીધો છે.

મિત્રો,
"પોતાના કર્મના ફળથી તો ખુદ
ગંગા પુત્ર ભીષ્મ પણ નથી બચી શક્યા
અને લોકો એમ વિચારે છે કે,
ગંગામાં સ્નાન કરવાથી આપણા પાપ ધોવાઈ ગયા..."

પણ કહેવાયું છે કે,
"અજાણતામાં થયેલા પાપ જ
ગંગામાં ધોવાશે,
બાકી પ્લાનિંગથી કરેલા પાપ તો
કુદરતના ધોકાથી જ ધોવાશે..."
બરાબરને...!

મિત્રો, 'ભીષ્મ' -જે સ્વયં માતા ગંગાના પુત્ર હતા. હા પાપનાશીની મા ગંગા. જેના તટ પર આજે પણ આપણને પાપોમાંથી મુક્તિ મેળવવા મથતા માનવોની ભીડ જોવા મળે છે. એજ મા ગંગાના પુત્ર ભીષ્મ પોતાના પૂર્વના એકસો એકમાં જન્મના પાપકર્મથી બચી ન શક્યા હોય, તો મારી અને તમારી શું વિસાત...!

મિત્રો, પિતામહ ભીષ્મને એમના પૂર્વના એકસો એકમાં જન્મનું કર્મ ફળ ભોગવવું પડ્યું. એ પરથી કહી શકાય કે,

"KARMA HAS NO DEADLINE."

અર્થાત્

"કર્મની કોઈ સમયમર્યાદા નથી"

માટે જ તો કહેવાય છે મિત્રો કે,

"कर्म ध्यान से कीजिए...
ना किसी की दुआ खाली जाती है....
और ना बददुआ...."

ભીષ્મ પિતામહના જીવનની આ કથા દ્વારા કર્મના ચક્રને સરળતાથી સમજી શકાય છે.

એટલે જ તો કહેવાય છે કે,
"કર્મનું ચક્ર આત્માની સાથે જન્મ જન્માંતર સુધી ચાલતું રહે છે...
શરીર રહે કે ના રહે...
પણ કર્મનો હિસાબ આપણે આજે નહિ તો કાલે ચૂકવવાનો જ
છે...!"

આથી જ તો કહેવાય છે મિત્રો કે,

"किरदार शिद्दत से निभाइये
ज़िन्दगी में,
कहानी तो एक दिन
सभी को बनना है।"

"પણ કેવી કહાની?" -એ આપણા હાથમાં છે. બાકી આજના આ યુગમાં તો કેટલાક અપવાદોને બાદ કરતાં દરેકે રાજાશાહી કહાની

જ લખવી છે. માત્ર પૈસા, પૈસા અને પૈસા જ.

પણ યાદ રાખો મિત્રો,

> "इंसानियत दिल में होती है,
> हैसियत में नहीं,
> उपरवाला कर्म देखता है,
> वसीयत नहीं।"

અને એમેય મિત્રો,

> "રૂપિયા ગમે એટલા ભેગા કર્યા હોય,
> પણ છેલ્લે તો દસ રૂપિયાની માટલી ભેગા જ થઈ જશું..."

માટે જ મિત્રો,

> "પરપોટા જેવી જીંદગીમાં
> શું વેર કરી લઈએ,
> ફૂટી જઈએ એ પહેલાં
> ચાલો સૌને પ્રેમ કરી લઈએ..."

કડવું સત્ય

જીવનનું સૌથી મોટું કડવું સત્ય હોય તો એ છે 'મૃત્યુ'.

હા, 'મૃત્યુ'.

કારણ કે,

> "'મૃત્યુ'નું કારણ
> કોઈ રોગ કે દુર્ઘટના નથી.
> પણ 'જન્મ' છે."

મિત્રો, જ્યારે કોઈ વ્યક્તિ આ દુનિયાને અલવિદા કહી વિદાય લે છે, ત્યારે એના કપડાં, એના ગાદલાં, એના દ્વારા ઉપયોગમાં લેવાયેલી તમામ વસ્તુઓને એના દેહની સાથે જ ઘરની બહાર કાઢી નાખવામાં આવે છે.

પણ એ વ્યક્તિ દ્વારા કમાચેલું ધન, સંપત્તિ, ઘર, જમીન , ગાડી, ઘોડો વગેરેને કેમ નથી છોડતા...? અરે એટલું જ નહીં, પણ આ બધી વસ્તુઓને તો બધું જ ઉથલપાથલ કરીને પણ શોધવામાં આવે છે. મૃત પામનાર વ્યક્તિના હાથ, આંગળીઓ અને ગળામાંથી આ બધી વસ્તુઓ એની આંખો બંધ થતાની સાથે જ ખેંચીને લઈ લેવામાં આવે છે. અપવાદોને બાદ કરતા દરેક વ્યક્તિ એકબીજાથી છૂપાઈને પોતપોતાના ગજવામાં આ બધું સરકાવતા જાય છે અને જો મૃત્યુ પામનાર વ્યક્તિ દ્વારા વસીયત ન બનાવાઈ હોય તોતો પછી એનો મૃત દેહ બાજુએ રહી જાય છે

અને એની સંપત્તિ માટે મહાભારત શરૂ થઈ જાય છે...! કેટલાક અપવાદોમાં પરિસ્થિતિ અહીં સુધી પહોંચી જાય છે કે પારકા લોકોએ સમજાવવું પડે છે કે "પહેલા ક્રિયા કર્મ તો પતાવો સાહેબ, પછી મારું – તારું કરો..."

આમ થવાનું કારણ એ છે કે,

> "हर सेकंड कोई ना कोई
> दुनिया छोड़ जाता हैं
> और जो बचे हैं
> उन्हें पता ही नहीं चलता की
> हम भी इसी लाइन में हैं..."

અને અંતે જ્યારે ખબર પડે છે ત્યારે એની સાથે પણ એજ કરવામાં આવે છે, જે એણે અંત સમયે બીજા સાથે કર્યું હોય છે.

એટલે જ તો કહેવાય છે કે,

> "ભૂમિ અને ભાગ્યનો એક જ સ્વભાવ,
> જેવું વાવશો એવું જ લણશો."

આ અંત સમયની ગતાગમથી પ્રશ્ન થાય છે કે,

> "ખરેખર સંબંધ કોની સાથે હતો...!?"
> "જનાર વ્યક્તિ સાથે?
> કે
> એની સંપત્તિ સાથે?"

એટલે જ તો 'નિનાદ' સાહેબે કહ્યું છે કે,
   "'નિનાદ' શબ પડ્યું છે, શોક ત્યાં લગીનો,
   બાળી ગયાં પછી તો લાડુ જમણ થવાનું!"

જેમ આપણો જન્મ અને આખું જીવન કર્મને આધીન છે, એજ રીતે મૃત્યુનો આધાર પણ કર્મ જ છે. જ્યારે કોઈ નજીકની વ્યક્તિ પોતાનો દેહ છોડીને ચાલી જાય છે, ત્યારે પોતાના જ અસ્તિત્વનું એક અંગ જાણે કુદરતે છીનવી લીધું હોય એવી વ્યથા આપણને ઘેરી લે છે અને જનાર વ્યક્તિ સાથે જ્યારે દૂરના સંબંધો હોય ત્યારે સાંભળવા મળે છે કે,

   "જે ખીલેલું છે એ ખરવાનું છે,
   અને
   જે જન્મેલું છે એ મરવાનું છે...
   'મૃત્યુ' -આ તો કડવું સત્ય છે,
   જે સ્વીકારવું જ રહ્યું..."
-એમ કહીને આપણે આગળ વધી જઈએ છીએ.

ટૂંકમાં, અંત તો સર્વનો નિશ્ચિત જ છે અને આ અંત સમયે જે કાંઈ પણ આપણી પાસેથી લઈ શકાય એ બધું જ ક્યાં તો પ્રેમથી ભારી હદયે, ક્યાં તો ખેંચી ખેંચીને ઝૂંટવી લેવામાં આવશે.

કહેવાય છે ને કે,

"घाक उसकी सैकड़ों पर थी
गिनती भी उसकी शहर के बड़ों बड़ों में थी
दफ़न हुआ वो...
महज़ छः फ़ीट के गड्ढे में,
हालांकि
ज़मीन उसके नाम कई करोड़ों में थी।"

માટે જ કહું છું મિત્રો કે, પુણ્ય, પરોપકાર અને સત્કર્મોની કમાણી કરો. આ કમાણીને આપણી પાસેથી કોઈ લઈ નહીં શકે, છીનવી નહીં શકે, ચોરી પણ ન શકે, અરે ઝૂંટવી પણ ન શકે. આ કમાણી તો એવી છે, જે જવાવાળાની સાથે જ જાય છે.

મિત્રો, એક સ્મશાનમાં લખેલું અર્થપૂર્ણ વાક્ય અહીં ટાંકવાનું મન થાય છે:

"અહીં સુધી મૂકી જવા બદલ આપનો આભાર.
અહીંથી આગળની યાત્રા પર મને મારા કર્મો લઈ જશે." -આ વાક્ય મૃત્યુ પછી પણ કર્મની ગતિ અને એની મહત્તા દર્શાવે છે.

માટે જ મિત્રો,

"ચાલોને એવું વિચારીને કર્મો કરીએ
કે
આપણી આંખો બંધ થાય,
એ પહેલાં થોડી ખુલી પણ જાય."

<u>*કાવ્ય*</u>

" કોણ છે…"

ક્યારેક સીધુ, તો ક્યારેક આડુ,
અવિરત ચાલ્યા કરતું આ ગાડુ.
આ ગાડુનો ચલાવનાર કોણ છે…?

દીધો જન્મને દીધું મરણ,
આ બેયની વચ્ચે દઈ દીધું જીવન.
આ સર્વનો દેનાર કોણ છે…?

નવો જનમ, નવા લેખોની સંગ,
ન કરી શકાય એમાં કોઈ પ્રપંચ.
આવા અભેદી લેખ લખનાર કોણ છે…?

જેવું વવાય એવું જ લણાય,
સૌની અહીં ગણના કરાય.
આ ગણતરીનો ગણનાર કોણ છે…?

મિથ્યા ધનના મોહ આ તનને,
વ્હાલનો વારસો દીધો મનને.
આ વારસાઈનો કરનાર કોણ છે…?

આ સંસાર છે એક ઉપવન,
આવતા જતા જ્યાં અનેક સુમન.
એની સુવાસને ફેલાવનાર કોણ છે...?

આભથી લઈને ધરા સુધી,
જન્મથી લઈને મૃત્યુ સુધી,
હરહંમેશ સાથે રહેનાર કોણ છે...?

નથી આરંભ, નથી અંત
આ બધું તો છે અનંત
આ અપારથી પણ પાર લઈ જનાર કોણ છે...?

કોણ છે, આ કોણ છે...?
આ પ્રશ્નનો ઉકેલ અહીં કોણ છે...?
આ કોણનો અનુવાદ અહીં કોણ છે...?
આ કોણનો સંવાદ અહીં કોણ છે...?

આ કોણ એટલે તારા હર એક કદમ,
હર એક ડગર, હર એક સફર,
હર એક બોલાયેલ - ન બોલાયેલ શબ્દનો એક માત્ર સાક્ષી.
જે નકારી ન શકાય એવો નિવાસી.

નામ છે એનું "કર્મા",
જે છે તારા 'કર'માં

પદ, પ્રતિષ્ઠા ને પૈસો
રહી જશે તારા ખાતામાં,
દુવા - બદદુવા, પ્રેમ - ઈર્ષ્યા
રહેશે તારા ભાથામાં.

બોલ શું રહ્યું હવે,
શું રહ્યું તારા 'કર'માં...?
માત્ર ને માત્ર તારા "કર્મા"...

-અપેક્ષા પટેલ.

આભારવિધિ

મિત્રો, અહીં આ પુસ્તકમાં રજૂ કરાયેલી બધી જ વાર્તાઓ, કથાઓ, કથનો, ઘટનાઓ અને પ્રસંગો જો કોઈનું મહત્વ દર્શાવતા હોય, જો કોઈના ગુણગાન કરતા હોય તો એ માત્ર ને માત્ર "કર્મા" જ છે.

એટલે જ કહું છું કે, હકીકતમાં આ મનુષ્ય જીવન છે શું...? માત્ર ને માત્ર આપણા જ કર્મોનો ખેલ.

ખરેખર મિત્રો, આ જીવન એક રંગમંચ છે અને આપણને આપણા જ કર્મો પ્રમાણેનો અભિનય મળ્યો છે. હવે જવાબદારી આપણી છે કે આપણે આપણો રોલ, આપણું પાત્ર દમદાર રીતે નિભાવી જઈએ.

એટલે જ તો કહેવાય છે કે,

"કરી લ્યો મનગમતો

'અભિનય'

પડદો ક્યારે પડશે

એ નક્કી નથી...."

હા મિત્રો,

"Live Your Story,
Before it's Over."

વ્હાલા વાચકો, મારી સમજને અનુરૂપ "કર્મા" -આ વિષયને અહીં રજૂ કર્યા પછી હવે હું આપના ઉપર છોડું છું કે "આપ" મારા આ પ્રયાસમાં સહભાગી થશો કે અવરોધક, મારી આ યાત્રામાં મુસાફર / હમસફર / સંગી / સાથી બનશો...! કે પછી માત્ર વાચક કે પછી પ્રેક્ષક...!

એમેય મિત્રો, કોઈ પણ વ્યક્તિનું વિધાન પથ્થર પરની લકીર જેવું નથી હોતું, એટલે જ તો ભગવાન શ્રીકૃષ્ણએ પણ અર્જુનને આખી ગીતા સંભળાવ્યા પછી કહ્યું કે,

"હે પાર્થ! હવે તને જે યોગ્ય લાગે તેમ કર."

એજ રીતે હું પણ વ્હાલા વાચકો આપને વિનંતી કરું છું કે,

"હે વ્હાલા વાચકો! આ કર્મની કથા - ગાથા સાંભળ્યા પછી, હવે તમને જે યોગ્ય લાગે તેમ કરો."

કારણ કે,

"खुद की समझदारी भी
अहमियत रखती है,
वरना अर्जुन और दुर्योधन के
गुरु तो एक ही थे।"

આ પુસ્તકના સમાપન તરફ વધી રહ્યા છીએ ત્યારે સહાયભૂત થનારા સર્વનો આભાર માનવો રહ્યો. મારા શબ્દો, વિચારો અને લાગણીઓને પુસ્તકનું રૂપ આપવામાં મદદ કરનાર દરેકે દરેકનો આભાર.

આ પુસ્તકના લખાણમાં પોતાની સમજ મુજબ સુધારા કરાવવા બદલ તેમજ આ પુસ્તકમાં "કોણ છે...?" -આ શીર્ષક હેઠળ રજૂ કરાયેલ સુંદર કાવ્યની રચના કરવા બદલ મારી Poet Di - અપેક્ષા પટેલનો ખૂબ ખૂબ આભાર.

"કર્મા"ની આ યાત્રાને તેમજ "કર્મા" -જે છે તારા 'કર'માં -એવા આ પુસ્તકના શીર્ષકને એક હૃદયસ્પર્શી ચિત્રના સ્વરૂપમાં રજૂ કરી, આ પુસ્તક માટે આકર્ષક મુખપૃષ્ઠ તૈયાર કરવા બદલ મારા Artistic ભાઈ -મિતુલ પટેલનો ખૂબ ખૂબ આભાર.

અને સૌથી વિશેષ આ પુસ્તકને પ્રકાશિત કરવામાં ડગલે ને પગલે શક્ય એટલી બધી જ સહાયતા કરવા બદલ તેમજ આ પુસ્તકના મુખપૃષ્ઠને ડિજિટલ સ્વરૂપે તૈયાર કરવા બદલ Verses Kindler Publicationનો સવિશેષ આભાર.

આ પુસ્તકને આપ વાચકો સુધી પહોંચાડવા માટે સહાયભૂત થનાર, નિમિત્ત બનનાર સજીવ- નિર્જીવ દરેકનો આભાર.

આ પુસ્તકના લખાણ માટે એક લેખિકા તરીકે મુજને નિમિત્ત બનાવનાર એ પરમ શક્તિને મારા કોટિ - કોટિ નમન. લખનારો તો તું જ... પણ માધ્યમ મને બનાવી... તારી આ કરુણા, તારી આ કૃપા બદલ તારો ખૂબ ખૂબ આભાર.

Last but not least અંતે મારા વ્હાલા વાચકો, આ પુસ્તકને જાણ્યે અજાણ્યે વાંચનારા આપ સર્વનો સપ્રેમ આભાર. આપ સૌ પોતાની સમજદારીથી પોતાની આગળની યાત્રા આરંભશો એવી શુભકામના સાથે આપ સર્વનો સહૃદય આભાર.

મિત્રો,

"જીંદગી જે શેષ બચી છે એને

જ

'વિશેષ' બનાવવાની છે...

બાકી

'અવશેષ' તો એ ચોક્કસ બનવાની જ છે...!"

વ્હાલા વાચકો, આ પુસ્તકની શરૂઆતમાં મેં કહ્યું હતું કે, "મારા આ પ્રયાસથી જો કોઈ એક વ્યક્તિ પણ કર્મ પ્રત્યે સભાન થશે, તો મારો આ પ્રયાસ અને મારું જીવન બંને સફળ." પણ 'ના' મિત્રો, હવે એવું નહિ કહું.

કારણ....?

કારણ કે પુસ્તકના અંત સુધી પહોંચતા હું નિસ્વાર્થ કર્મના મર્મને સમજી ચૂકી છું. પુસ્તક લખવું એ મારું કર્મ છે અને મેં મારું આ કર્મ કરી લીધું છે. મારે કોઈને સજાગ કરવા નથી, કોઈને સમજાવવા નથી. મારો હરિ જાણે છે કે, "આ પુસ્તકની જરૂર કોને ક્યારે છે, માટે એ જાણે અને એનું કામ..."

"વેર્યા છે મેં તો બીજ
અહીં છુટ્ટા હાથે,
હવે વાદળ જાણે
ને વસુંધરા..."

મિત્રો, સાચું કહું તો,
"મારે તો લડવું હતું અંગતની સાથે,
કૃષ્ણને કહું કે 'ગીતા' સંભળાવ."

પણ પેલું ભજન છે ને,
"કૃષ્ણ કહે છે મને કોણે બોલાવ્યો,
કોણે બોલાવ્યો
અને
ક્યારે ન આવ્યો..."
-આવી જ કંઈક પરિસ્થિતિ ઉભી થઈ.

અને જ્યારે,

> "શસ્ત્રો મળે એ આશયે
> ખોધ્યુ મેં કુરુક્ષેત્ર...
> સદભાગ્ય મારા કે
> મને ત્યાં 'વાંસળી' મળી..."

અને આ વાંસળીના સૂર મારા માટે આ પુસ્તકની પ્રેરણા બન્યા.

મને નિસ્વાર્થ કર્મના પથ પર દોરી જનારી એ નિરાકાર શક્તિની હું સદા ઋણી છું. તેં જે આપ્યું છે એ આપવા કોણ સમર્થ છે...! બસ એટલું જ કહીશ કે હવે કંઈ આપવું જ હોય તો,

> "खरीद पाऊं ख़ुशियाँ,
> उदास चेहरो के लिए;
> मेरे किरदार का मोल
> इतना करदे मेरे कान्हा..."

તેંજ કહ્યું છે કે,

> "તારી તરફ આવવા જો કોઈ
> એક ડગલું ભરે છે,
> તો તું એની તરફ દસ ડગલાં ભરે છે."
> મેં ડગ માંડ્યા છે, તે કંડારેલી કેડીએ...

તો હવે...

“હાથ મારો બરાબર પકડી રાખજે,
કારણ કે આ ‘કર્મ’ની ગતાગમ ભારી છે.
ડગી ન જાઉં આ ડગરથી,
એ જવાબદારી હવે તારી છે...”

મિત્રો, એ તો એની જવાબદારી સમયસર પૂરી કરી જ લેશે. તો ચાલો આપણે પણ આપણી જવાબદારી પૂરી કરીએ, એ પેહલા કે જવાબદારી આપણને પૂરા કરી નાંખે. પણ એનો અર્થ એ નથી મિત્રો કે, કોઈ પણ જવાબદારીને જલ્દી પૂરી કરવાના ચક્કરમાં ખોટા રસ્તે ચાલવા માંડવું. અરે એવો વિચાર પણ આવે તો ઇતિહાસનાં પાના ઉથલાવીને જોઈ લેવા કે તમારા અને મારા કરતાંય ચઢિયાતા કંઈ કેટલાય ધુરંધરો આવ્યા અને જતા રહ્યા, એ પણ ખાલી હાથે...!

આટલું યાદ રહેશે તો તરત જ સમજાય જશે કે,

“ભેગું કરેલું તો ભેગું નહીં આવે,
પણ
ભેગું કરવા માટે કરેલું પાપ તો
અવશ્ય ભેગું આવશે...”

મિત્રો, ક્યારેક એવો વિચાર પણ આવે ખરો કે,

"અહીં જ મૂકીને જવાનું છે બધું
તોયે આટલાં ડખા છે,
જો સાથે લઈ જવાનું હોત
તો શું થાત...!"

-આવું વિચારીને જ ચક્કર આવી જાય નહિ....

આ લોકમાં ચોર્યાસી લાખ યોનિઓ બનાવી છે ઈશ્વરે. અસંખ્ય પ્રાણી, પક્ષી, જીવજંતુઓ... બનાવ્યા છે.

પણ...

"ઈશ્વરે બનાવેલા બધા જીવોમાં
ફક્ત માનવી જ પૈસા કમાય છે,
અને અચરજની વાત એ છે કે,
બીજો એક પણ જીવ ભૂખ્યો રહેતો નથી.
જ્યારે કે માનવી ક્યારેય ધરાતો નથી..."

આ ચોર્યાસી લાખ યોનિમાંથી મનુષ્ય યોનિ મળવી એ અત્યંત દુર્લભ છે. માનવ અવતાર તો સ્વયં ઈશ્વર પણ ઝંખે છે. આવો દુર્લભ અવતાર આપણને મળ્યો છે એને કેમ કરી વેડફાય...! માટે કાન્હા, હવે તેં કંડારેલી કેડીએ જ ચાલવું છે, તારવું કે ડૂબાડવું..., તે તું જાણે...

હું તો માત્ર એટલું જ જાણું કે,

"બસ इतनी 'पाकीज़ा' रहे
आईना-ए-जिंदगी,
तुझसे और खुद से मिले नज़र
तो शर्मसार ना हों...।"

મિત્રો, આપ આપના કર્મોને માણી શકો એવી શુભકામના.
So
"Enjoy Your Karma…"

સંદર્ભ સૂચિ

"તક મળી છે મુજને ત્યારે
આ તકનો લાભ ઉઠાવી લઉં,
સૌપ્રથમ જગતના નાથનો પછી
સહાયભૂત થનાર સર્વનો આભાર માની લઉં..."

"કર્મ" -આ તો ભગવાન શ્રીકૃષ્ણ દ્વારા કંડારાયેલી કેડી છે, એમના દ્વારા બતાવાયેલો જીવનનો સાચો માર્ગ છે. આથી 'શ્રીમદ્ ભગવદ્ ગીતા', 'મહાભારત', 'રામાયણ' જેવા આપણા ધાર્મિક ગ્રંથોની સહાયતા લેવી સહજ છે. આ તમામ ગ્રંથોનો અને એમના રચયિતાઓનો માનપૂર્વક આભાર માની એમને વંદન કરું છું.

આ પુસ્તકની તૈયારીમાં જે મનોમંથનની જરુર જણાઈ એ માટે અનેક પુરોગામી વિદ્વાનોના પુસ્તકો, સંત – મહાત્માઓના ગ્રંથો અને પ્રવચનોની મદદ મળી છે, એમનો સાદર આભાર માની એમના પ્રત્યે હું કૃતજ્ઞતાનો ભાવ રજૂ કરું છું.

આ પુસ્તકના લખાણ માટે જરુરી શબ્દભંડોળ, તર્ક – વિતર્કો, quotes, સુવિચારો, શાયરીઓ વગેરે માટે મને સહાયભૂત થનારી અત્યાધુનિક ટેકનોલોજીની હું ખૂબ આભારી છું. ખાસ કરીને Google, YouTube, Instagram, Facebook, WhatsApp વગેરે જેવી અનેક app દ્વારા મને મળેલી વિચારશીલ સામગ્રી માટે હું આ સર્વની તેમજ એમના રચયિતાઓની આભારી છું.

"છે રસમ અહીંની જુદી,
ને છે રિવાજો પણ નોખા...!
અમારે મન તો કેવળ
શબ્દો જ કંકુ ને ચોખા..."

-મારા શબ્દોરૂપી પુષ્પો વડે સર્વ શક્તિ, વ્યક્તિ, સજીવ, નિર્જીવ સર્વને વંદન કરી સર્વનો આભાર માનું છું.

વ્હાલા વાચકો, સાંભળેલી અને વાંચેલી કિંવદંતીઓને આધારે, લોકવાયકાઓને આધારે અહીં પ્રસંગો, વાર્તાઓ, કથાઓ અને ઘટનાઓને રજૂ કરવાનો નમ્ર પ્રયાસ કર્યો છે.

આમ જોવા જઈએ તો આપણે સર્વ જાણીએ જ છીએ કે, ઇતિહાસ અને પુરાણ સાથે જોડાયેલા પ્રસંગોમાં કાળ પર્યંત જુદા જુદા કારણોસર વધારો, ઘટાડો તો ક્યારેક પરિવર્તન થતા રહ્યા છે. તો ઘણીવાર એક જ પ્રસંગ અંગે એકથી વધુ લોકકથા પણ મળી આવે છે, એમાંથી કઈ લોકકથા સાચી હશે એ વાતનું તારણ કાઢવું ઘણે અંશે અઘરું બની જાય છે. આથી પ્રસંગોની સત્યતા અંગે જે લોકકથાને વધુ સહમતી મળી છે, એવી કથાઓનો અહીં સમાવેશ કરવાનો નમ્ર પ્રયાસ કર્યો છે.

અહીં રજૂ કરેલી કોઈ પણ વાત, કથા, કથાનક કે વિચારો દ્વારા કોઈની પણ સામાજિક, ધાર્મિક કે અન્ય કોઈ પણ પ્રકારની ભાવનાને ઠેસ ન પહોંચે તેની તકેદારી રાખી હોવા છતાં જો ક્યાંય

પણ એવું લાગે તો એને મારા પોતાના વિચારો સમજી ક્ષમ્ય ગણશોજી.

એમેય મિત્રો કહેવાય છેને કે,

"જો તરાશતા है
उसे खूबी दिखेगी,
जो तलाशता है,
उसे कमी दिखेगी।"

મારો ઉદ્દેશ્ય માત્ર ને માત્ર "કર્મ"ના પથને પ્રકાશિત કરવાનો છે.

કારણ કે,

"As we work to create light for others, we naturally light our own way."

અને એમેય મિત્રો,

"શ્રેષ્ઠ કર્મ એ નથી કે,
જેનું પરિણામ સારું હોય,
શ્રેષ્ઠ કર્મ એ છે જેનો
ઉદ્દેશ્ય સર્વશ્રેષ્ઠ હોય...!"

સમાપન

વ્હાલા વાચકો, કર્મ શબ્દનો સાચો પરિચય જો કોઈ માધ્યમ દ્વારા મેળવી શકાય તો એ છે "શ્રીમદ્ ભગવદ્ ગીતા". જેમાં ૧૮ અધ્યાયો અને ૭૦૦ શ્લોકોની અંદર 'કર્મયોગ', 'કર્મ - અકર્મ', 'યોગ - સંન્યાસ', 'દેહાતીત આત્માનું ભાન', 'ચિત્તવૃત્તિ', 'શુક્લ - કૃષ્ણ ગતિ'... વગેરે જેવા વિષયોનું નિરૂપણ જોવા મળે છે અને જેટલી વાર આ પુસ્તક વાંચો એટલી વાર નવા અર્થો મળે, કંઈક નવું સમજાય.

"શ્રીમદ્ ભગવદ્ ગીતા" જેવા મહાન ગ્રંથને નિરૂપવાનું સામર્થ્ય મુજ પામરમાં ક્યાંથી!

પણ,

           "ફૂલ નહિ તો ફુલની પાંખડી"

-આ ઉક્તિને ચરિતાર્થ કરતા આ પુસ્તકમાં સીધી સાદી વાર્તાઓ, કથાઓ અને પ્રસંગોને આધારે "કર્મ" -આ શબ્દને નિરૂપવાનો પ્રયત્ન કરાયો છે, જેથી એક બાળક પણ સારા - નરસાંનો ભેદ સરળતાથી પારખી શકે.

કારણ કે,

       "આજનું બાળક આવતી કાલનું ભવિષ્ય છે."

અને એમેય કોઈકે કહ્યું છે કે,
"દુનિયા તમારા બાળકને અધર્મ શીખવાડે,
એ પહેલાં તમે એને ધર્મ શીખવાડો."

અને "કર્મા" -આ શબ્દને જાણી લીધા પછી એટલું તો સરળતાથી
સમજાય જશે કે,

"ધર્મની શરૂઆત કાલે કરશો તો ચાલશે,
પણ
અધર્મનો આજે જ ત્યાગ કરી દેવો."

મિત્રો, મનુષ્ય દેહ મળ્યો છે એટલે કર્મ તો બંધાશે જ, પણ કર્મ
પ્રત્યે સભાન રહી કર્મ બાંધશું, કર્મ પ્રત્યે જાગૃત થઈને કર્મ બાંધશું
તો ચોક્કસ પણે આપણે આપણો ભવ સુધારી શકીશું. દેવને પણ
દુર્લભ એવા આ મનુષ્ય અવતારને સુધારી શકીશું.

"કર્મા" -ની આ યાત્રા આપના જીવનને નવી દિશા અને દશા
પ્રદાન કરવામાં સફળ થઈ હોય, આપના જીવનમાં
MILESTONE બની હોય તો આપના પ્રેમ અને શુભાશિષના બળે,
ઈશ્વરીય કૃપાથી ફરી મળીશું નવી યાત્રા થકી, નવા સફરે.

"અંતઃ અસ્તિ પ્રારંભ:।"

"The End is the Beginning."

અર્થાત્

"અંતથી જ એક નવી શરુઆત થાય છે."

- આજ વિચારે હાલ પૂરતો મારી કલમને અહીં વિરામ આપી, હું મારા આ 'કર્મ'ને મારા હરિ નારાયણ - મારા કૃષ્ણ કનૈયાને સમર્પિત કરું છું.

આપના પ્રતિભાવોની અપેક્ષા સાથે આપ સર્વનો સપ્રેમ આભાર.

અસ્તુ

લેખિકાનો પરિચય:

નામ: કુંજલ કેતન પટેલ.

તખલ્લુસ: 'કાયા'

જન્મ તારીખ: ૨જી સપ્ટેમ્બર ૧૯૮૩

જન્મભૂમિ : ગુજરાત

શિક્ષણ: એમ.એ બી.એડ

Mail Id: myprincess1612@gmail.com

પ્રતિલિપિ પર મારી રચનાઓ:

(૧) "સ્ત્રી..."

(૨) "એક બિંદુ...!?"

(૩) "આખરી ચાલ..."

(૪) "તારી મારી વાતો..."💕

(૫) "એક ગર્ભ..."

(૬) "ખાલી ઘર...?"

(૭) "જીવનની કરુણતા"...🙏

Link Of Pratilipi:

https://pratilipi.page.link/q5Sx35qmF8bTNcZs5

Verses Kindler Publication

Verses Kindler Publication

Reach us through our website -

https://www.verseskindlerpublication.com/

For more information visit our Instagram or Facebook page.